# கோவில் தேட்டம்

மணிசேஷன்

INDIA • SINGAPORE • MALAYSIA

ISBN  979-8-88935-547-2

சமர்ப்பணம்


எனது குருநாதர் அமரர் தியாகி.தி.சு. கலியாணராமன் அவர்களுக்கு.

# உள்ளடக்கம்

# வாழ்த்துரை

குருஜி. கோபாலவல்லிதாசன்,
ராதேக்ருஷ்ணா

மனிதனின் தேடல் முடிவதில்லை. தேடலே சுகம். எதையோ தேடித்தேடி ஓடுவது மனித மனதின் இயல்பு. அதை வழிபடுத்தவே தெய்வ வழிபாடு. எல்லாவற்றையும் தேடித்தேடி அதற்கு மேலே என்னவென்ற தேடலில் தான் தெய்வம் புரிகிறது.

நமது சனாதன தர்மம், தெய்வம் என்னும் புதையலை தேடுபவர்க்கு ஒரு கையேடு. அதை உள்ளபடி புரிந்தவர்கள்

இந்த மனித வாழ்வில் அந்தப் புதையலை கண்டெடுக்கிறார்கள். வால்மீகியின் தேடலில் கிடைத்த புதையல் ராமாயணம். வியாசரின் தேடலில் கிடைத்த புதையல் ஸ்ரீமத்பாகவதம். ஆழ்வார்களின் தேடலில் கிடைத்த புதையல் திவ்யப்ரபந்தம். நாயன்மார்களின் தேடலில் கிடைத்த பொக்கிஷம் பதிகங்கள்.

வாழ்க்கைப் பயணமே இந்தத் தெய்வத் தேடல்தான். ஆனால் உடலைக் காப்பாற்றும் தேடலில், உடல் சார்ந்த உற்றாரைப் பேணும் தேடலில், தெய்வத் தேடலுக்கு நாம் நேரம் ஒதுக்குவதில்லை. அதனால் தான் நம் முன்னோர் இரை தேடுவதோடு இறையும் தேடு என்றனர்.

சிலரது வாழ்க்கை ஒரே ஊரில் தொடங்கி அதே ஊரோடு முடிந்துவிடும். சிலரது வாழ்க்கையெங்கோதொடங்கியெங்கெல்லாமோ ஓடி எங்கோ முடியும். எங்கெல்லாம் வாழ்க்கை தன்னை அழைத்துச் செல்கிறதோ, அங்கெல்லாம் இறையைத் தேடி, வரலாற்றைத் தேடி, போவோர் வெகு சிலரே. அப்படிப் போவோரும் அதை ஆவணப்படுத்துவதில்லை. ஆவணப்படுத்தினாலும் அதை ருசிகரமாக வாசகரை வசீகரிக்கும் விதமாக சொல்பவர் வெகு சிலரே.

அப்படி ஒருவர் நம் முகநூல் நண்பர் திரு மணிசேஷன். இதுவரை நேரில் பார்த்ததில்லை. சிலமுறை போனில் பேசியிருக்கிறோம். ஆனால் அவரது முகநூல் எழுத்துக்களை வாசிக்கும் ரசிகர்களில் நானும் ஒருவன். அவருடைய முகநூல் எழுத்துக்களில் நான் புரிந்துகொண்டது அவர் ஒரு நல்ல ரசிகன். தெருநாய்களையும் ரசிப்பார்; புதிய செடிகளை ரசிப்பார்; காய்க்கும் மரங்களை ரசிப்பார்; காலை காபியையும் ரசிப்பார்; மந்திரங்களை ரசிப்பார்; தன் வேலையை ரசிப்பார்; தன் குடும்பத்தை ரசிப்பார்; தன் உறவினர்களை ரசிப்பார்; பண்டிகைகளை ரசிப்பார்; மந்திரங்களை ரசிப்பார்; மஹாபெரியவரை ரசிப்பார்; புதியன ரசிப்பார்; பழையன ரசிப்பார்; அவர் வேலைக்காகச் செல்லும் ஊர்களின் மெஸ், ஓட்டல் முதற்கொண்டு எல்லாவற்றையும் ரசிக்கும் ஒரு சிறுவன் அவர்.

அதிமேதாவிகளின் முட்டாள்தனத்தையும் ரசிக்கும் ஒரு ரசிகன் அவர்.

அவர் இத்தனை இடங்களைத் தேடித்தேடி பார்த்து, அனுபவித்து, ரசித்து, அதை இத்தனை அழகாக சொல்லியிருக்கும் விதம் பிரமிப்பைத் தருகிறது. நல்ல ஞாபகசக்தியும், ரசனையும், தேடலும் அவரது பலம். அதைவிட அவரோடு இந்தத் தேடலில் பயணிக்கும் அவரது துணைவியார் திருமதி ஜெயந்தியும் ஒரு காரணம். காதலோடு அவர்களின் பயணங்களில் கிடைத்த அழகான முத்துச்சரம் இந்தப் புத்தகம்.

நிச்சயமாக இந்த புத்தகத்தின் ஒவ்வொரு விஷயத்தையும் வாசிக்க வாசிக்க, மனதார நாம் அவரோடு பயணிக்கிறோம். சீக்கிரம் இந்த இடங்களை பார்த்துவிட வேண்டும் என்ற ஆவல் அதிகரிப்பது என் அனுபவம். கால்நடைகளுக்கான பிரார்த்தனை அனுமான் (தெரணி அனுமான்) என்று நாம் கேள்விப்படாத அதிசயக் கோவில்கள் எல்லாம் பிரமிக்கச் செய்கின்றது.

கலைப் பொக்கிஷங்களை நமக்குத் தரும் கலைஞர்களின் வாழ்வும், அந்த கலை நுணுக்கங்களும் அடுத்த தலைமுறைக்கும் போய்ச் சேரவேண்டும் என்ற அவரது எண்ணம் மிக அற்புதம். உதாரணமாக நாச்சியார் கோவில் விளக்குகள், சுவாமிமலை சிற்பங்கள் போன்றவை இந்த டிஜிட்டல் உலகில் சந்தைப்படுத்த வேண்டிய அவசியம் எல்லாம் அந்த கைவினைக் கலைஞர்களின் மீது அவரது அன்பின் வெளிப்பாடு.

நிஜமாகவே திரு மணிசேஷன், என்னை அவரோடு, காடு, மலை, குளம், கழனி என்று அழைத்துச்சென்றிருந்தால் கூட இப்படி நான் ரசித்திருப்பேனா என்று தெரியாது. ஆனால் அவரது எழுத்து அதை செய்துகாட்டியிருக்கிறது. எல்லோரும் கூகுள் மேப்பை நம்பும் காலத்தில், ஆடு மாடு மேய்ப்பவர்களைத் துணையாகக் கொண்டு இவர் கண்டறிந்த விஷயங்கள் உள்ளபடி அதிசயமே.

வேலை நிமித்தமாய் செல்லும் ஊர்களில் இருக்கும் பிரசித்தமான கோவில்கள் செல்வது நம் வழக்கம். பிரசித்தம் இல்லாத ஆனால் பொக்கிஷங்களான கோவில்களை தெய்வம் இவருக்கு அப்படிக் காட்டிக்கொடுக்கிறது. இவருடைய ரசனைக்கு தெய்வமே கூட இருந்து வழி காட்டுகிறது என்பதே என் எண்ணம்.

அழகான இந்தப் பொக்கிஷத்திற்கு முன்னுரை எழுதும் பாக்கியம் திரு மணிசேஷன் எப்போதும் சொல்லும், திருவரங்கனும், திருவானைக்கா அகிலாண்டேஸ்வரியும், சமயபுரத்து அம்மனுமே எனக்கு அளித்திருக்கிறார்கள் என்று எண்ணுகிறேன்.

இது போன்று இன்னும் நிறைய அறியப்படாத கோவில்களை எல்லாம் இவர் ஆவணப்படுத்த அரங்கன் அருள ப்ரார்த்திக்கிறேன்.

நீங்களும் இந்த புத்தகத்தை வாசித்து அவர் சொன்ன கோவில்களை தரிசித்தலே அவருக்கு நாம் செய்யும் புகழ். நிச்சயமாக இந்தக் கோவில்களை ஒரு முறையாவது தரிசிக்க இன்று மனதில் தீர்மானித்துவிட்டேன்.

திரு மணி சேஷன் அவர்களுக்கும், அவரது குடும்பத்தாருக்கும் க்ருஷ்ணன் அருள் பரிபூரணமாக இருக்க ப்ரார்த்திக்கிறேன்.

ராதேக்ருஷ்ணா

கோபாலவல்லிதாசன்,

மாசி மகம்,

ஹோலி பண்டிகை.

7.3.23, செவ்வாய்,

சென்னை.

# 1

## புதுக்கோட்டை தட்சிணா மூர்த்தி

திருவரங்குளம் அடர்ந்த வனம். தன் மெய் மறந்து திசைகளையே ஆடையாகக் கொண்ட ஆத்ம ஞானி அந்த வனாந்தரத்தில் சஞ்சாரித்து வந்தார். மந்திரத்தை இடைவிடாது ஜெபித்ததால் வேறு விஷய சிந்தனை அற்று மெய்ப்பொருளாக மாறி மந்திர யோகம் கைவரபெற்ற பிரம்ம ஞானி அவர். இடம் பொருள் காலம் எதுவும் அவருக்கு இல்லை. சதா சர்வகாலமும் மெய்ப்பொருளோடு ஒன்றிணைந்து இருக்கும் யோகி. அகந்தையை முற்றும் துறந்ததனால் உடற்பற்று அற்றுப் போய் ஆத்ம தியானத்திலேயே எப்போதும் லயித்து உடல் உணர்ச்சிகளும் அற்று போய் கால் போன போக்கில் அலைந்து கொண்டிருந்தது அந்த பிரம்மம். அதற்கு வழி கிடையாது, கல், முள், எதுவும் தடையில்லை, எந்த ஜீவன்களும் பொருட்டல்ல, லௌகிக வாழ்வின் அடிப்படை என்று எவை குறிப்பிடப்படுகிறதோ அந்த உணவு, உடை, இடம் இவை எதையும் பொருட்படுத்தாத பிரம்ம ஞானி அவர். கால் போன போக்கில் நடந்து கொண்டிருந்த அவர் ஒருநாள் காட்டை ஒட்டிய விவசாய நிலத்தை கடந்து கொண்டிருந்தார். அறுவடை முடிந்த காலம் அது. வைக்கோல் கட்டுக்களை அடுக்கடுக்காக கொண்டு வந்து அடுக்கிக் கொண்டு இருந்தனர் விவசாயிகள். அந்தப்பக்கமாக நடந்து வந்த ஞானி கால் தடுக்கி அடுக்கப்பட்டுக் கொண்டிருக்கும் வைக்கல் கட்டுகளுக்கு இடையே விழுந்து விட்டார். நடந்தால் நடந்தவாறும், கிடந்தால் கிடந்த வாறும், அப்படியே இருப்பார். இது ஒன்றும் அவருக்குப் புதிதல்ல, இதற்கு முன் கொடுமுடி காவிரி ஆற்றின் நடுவில் உள்ள

பாறையில் தியானத்தில் இருந்த போது வெள்ளம் வர அதில் அடித்துச் செல்லப்பட்டு மணலில் புதைந்து கிடந்தவரை ஆற்று மணலை அள்ள வந்த ஊர்மக்கள் கண்டெடுத்தனர். அது போன்ற ஏராளமான சித்து விளையாட்டுக்களை புரிந்த மகான் தான் இவர்.

அவதூதர் வைக்கோல் கட்டுகளுக்கு இடையே விழுந்ததை கவனியாத மக்கள் அவர் மீதே வைக்கோல் கட்டுக்களை அடுக்கி பெரிய வைக்கோல் போராக ஆக்கிவிடனர். நாட்கள் பல செல்கின்றன. அடுக்கி வைத்த வைக்கோல் போர் பயன்பாட்டுக்கு எடுக்க எடுக்க குறையத் தொடங்கியது. ஒருநாள் வைக்கோல் கட்டுகளுக்கு இடையே அவதூதமாக கிடக்கும் ஞானி மக்களின் கண்ணுக்குத் தெரிந்தார். அவரை எழுப்பி என்ன ஏது என்று விசாரிப்பதற்கு முன்பாக விருட்டென நடக்கத் துவங்கி விட்டார் ஞானி. நீங்கள் யார், இங்கு எப்படி வந்தீர்கள் என்று கேட்கப்பட்ட எந்த கேள்விக்கும் பதில் இல்லை. அவர்பாட்டுக்கு காட்டை நோக்கி நடக்கலானார். விழுந்த போது எப்படி இருந்தாரோ அப்படியே எழுந்த போதும் இருந்தார். இவர் யார் என்று மக்களுக்குத் தெரியவில்லையே தவிர இவரிடம் ஏதோ பெரிய சக்தி இருக்கிறது என்பதை மட்டும் உணர்ந்தவர்களாக இருந்தார்கள்.

அந்த சமஸ்தானத்தின் மன்னர் ஆன்மீக நாட்டம் அதிகம் உள்ளவர், தான தர்மங்கள் செய்து நல்ல முறையில் ஆட்சி செய்து நாட்டை யும் மக்களையும் பாதுகாப்பாக வைத்திருந்தவர். தாங்கள் கண்ட காட்சியை மக்கள் மன்னரின் அவைக்குச் சென்று தெரிவித்தனர். நீண்டகாலமாக குருவைத் தேடிக்கொண்டி ருந்த மன்னருக்கு பளீர் என்று மின்னல் அடித்தார்ப் போல "இவர்தான் என் குரு" "நம் குலத்தை காக்க வந்த குரு" என்று தோன்றியது.

உடனே, பல்லக்கு பரிவாரங்கள் எல்லாம் சூழ திருவரங்குளம் காட்டை நோக்கிச் சென்றார் மன்னர். வனத்திற்குள் தேடி அலைந்து ஞானி இருக்கும் இடம் அடைந்து நெடுஞ்சான் கிடையாக விழுந்து நமஸ்கரித்தார். பார்த்த உடனேயே மன்னருக்கு விளங்கி விட்டது. "கண்டேன் கண்டரியாதன கண்டேன்" என்கிற உவகை அவரை

ஆட்கொண்டது. ஆனால் ஞானியோ மன்னரை ஒரு பொருடாகவே மதிக்கவில்லை. ஒருவார்த்தையும் பேசவில்லை. கடைக்கண் பார்வை கூட பார்க்கவில்லை. மன்னர் அழுது புலம்பினார். பழியாக அங்கேயே கிடந்தார். எதற்கும் பலன் இல்லை. நாடு பரிபாலனம் வேறு இருக்கிறதே. அதையும் கவனிக்க வேண்டும் அல்லவா. அரண்மனைக்குச் செல்வதும் ஞானியை தரிசிக்க காட்டுக்கு வருவதுமாகக் காலம் கழிந்தது. நிரந்தரமாக திருவரங்குளம் காட்டுக்குள் முகாம் அமைக்கப்பட்டு அதிலேயே தங்கினார் மன்னர். ஞானிக்கு பணிவிடைகள் செய்துவந்தார்.

எல்லாவற்றிற்கும் ஒரு காலம் கனிய வேண்டும் அல்லவா? நாம் நினைத்து நமக்கு குரு கிடைக்க மாட்டார். குரு நினைத்தால் மட்டுமே நமக்கு குருவருள் கிட்டும். அது எப்போது கிட்டும்? என்று யாருக்குமே தெரியாது. ஸ்ரீ ராமானுஜர் குருவின் மந்திர உபதேசம் வேண்டி எத்தனை முறை ஸ்ரீரங்கத்தில் இருந்து திருக்கோஷ்ட்டியூர் சென்றார். அவ்வளவு லேசில் கிடைத்ததா?.

இப்படியே பல வருஷங்கள் போனது ஞானி பேசுவதாக இல்லை. மன்னரும் ஞானிக்கு சேவை செய்வதை விடுவதாக இல்லை. இத்தகைய வைராக்கியங்களை பரிசோதித்து தான் குருவானவர் மந்திரோப தேசம் செய்வார். அப்படி ஒருநாள் காலம் கனிந்தது. மன்னரின் முகத்தை ஏறெடுத்துப் பார்த்தார் பிரம்ம ஞானி. மன்னரின் கண்களில் இருந்து தாரை தாரையாகக் கண்ணீர். இதற்குத் தானே இத்தனை நாட்கள் காத்திருந்தேன். குருவே உங்கள் பாதாரவிந்தத்திலென்னை ஏற்றுக் கொள்ளுங்கள் அடியேனுக்கு பிறவிப்பயன் நீங்க உபதேசம் செய்தருளுங்கள் என்று கதறினார்.

ஞானி பேசவில்லை. அவர் பேசமாட்டார். அதற்குக் காரணம் இருக்கிறது. "பஜரே கோபாலம்", "பிபரே ராமரஸம்", "மானஸ ஸஞ்சர ரே" போன்ற புகழ்பெற்ற பல கீர்த்தனைகளை இயற்றிப் பாடிய ஞானி அவர். குரு தன் வாயால் "உன் வாய் அடைக்காதா"? என்று கேட்ட ஒரு கேள்வியையே குரு தனக்கு அளித்த உபதேசமாகக் கருதி அந்த நொடியிலிருந்து மௌனியானவர் இந்த ஞானி.

கைதொழுது நின்ற மன்னருக்கு வாயால் உபதேசம் செய்யாமல் கையால் மணலில் எழுதி உபதேசம் செய்தார் ஞானி. அது என்ன மந்திரம் என்பது அரசருக்கும் ஞானிக்கும்மட்டுமே தெரிந்த ரகசியம். பின்னர், பதஞ்சலி மகரிஷியின் மகாபாஷ்யத்துக்கு விருத்தி உரை எழுதிய பிக்ஷாண்டார் கோவில் மகாபாஷ்யம் கோபாலகிருஷ்ண சாஸ்திரிகளை அரசவைக்கு அழைத்து குருவாக வைத்துக்கொள்ளுமாறு மன்னருக்கு குறிப்பால் உணர்த்திய ஞானி வந்தவேலை முடிந்துவிட்டது என்பது போல அங்கிருந்து அகன்று விட்டார்.

உபதேசம் எழுதப்பட்ட அந்த மணலை அப்படியே வாரி எடுத்து தன் அங்கவஸ்திரத்தில் வைத்துக் கொண்டார் மன்னர். அதனை ராஜ மரியாதையுடன்தங்கப் பேழையில் வைத்து அரண்மனைக்குஎடுத்துச் சென்றார். குருவின் மூலம் கிடைத்த மந்திரோபதேசம் என்பதால் தட்சிணாமூர்த்தி விக்ரஹத்தை பிரதிஷ்ட்டை செய்து பிக்ஷாண்டார் கோவில் கோபாலகிருஷ்ண சாஸ்திரி அவர்கள் நியமித்த படி அரண்மனையில் அந்த பேழைக்கு நித்ய பூஜைகள் செய்யப்பட்டு வந்தது. அந்த உபதேச மந்திரம் அரண்மனைக்கு வந்ததில் இருந்து நாடு செழித்து வளர்ந்தது. மன்னரும் சமஸ்தானத்தின் மூலமாக தான தர்மங்கள் பெருமளவில் செய்து வந்தார். நவராத்திரி விழா கோலகலமாகக் கொண்டாடப்பட்டது. நவராத்திரி விழாவில் தானம் செய்வதற்காகவே பிரத்யேகமாக புதிய காசு அச்சடிக்கப்பட்டது. அதற்கு அம்மன் காசு என்று பெயர்.

அந்த ஞானி. தியாகப்பிரம்மம், போதேந்திர ஸ்வாமிகள், ஸ்ரீதரஅய்யாவாள், போன்ற மகான்கள் வாழ்ந்த காலத்தில் இம்மண்ணில் வாழ்ந்து பற்பல அற்புதங்களை நிகழ்த்திய ஆத்ம ஞானி. ஒரே நேரத்தில் பல இடங்களில் சஞ்சாரித்த சித்த புருஷர். கரூரை அடுத்த காவிரிக்கரையில் உள்ள நெரூரில் ஜீவ சமாதி அடைந்து பக்தர்களுக்கு ஞானத்தைப் புகட்டிக் கொண்டிருக்கும் சர்வம் பிரம்மமயம் என வாழ்ந்த பரப்பிரம்மம் ஸ்ரீ சதாசிவ பிரம்மேந்திரர்.

அந்த மன்னர் புதுக்கோட்டை சமஸ்தானத்தில் (1730-1769) ஆட்சி செய்த விஜயரகுநாத ராயத் தொண்டைமான்.

இன்று புதுக்கோட்டையில் பழைய அரண்மனை இல்லை. எல்லாம் புதிய கட்டிடங்களாகவும், வணிக வளாகங்களாகவும் மாறிவிட்டது. ஆனால் ஸ்ரீ சாதாசிவபிரம்மேந்திரர் மன்னருக்கு எழுதிக் காட்டிய உபதேச மணல் இருக்கும் பேழையும் தட்சிணாமூர்த்தி வழிபாடும் அதே இடத்தில் பூஜைவீடு என்று அழைக்கப்படும் பழைய அரண்மனையின் மிச்சமாக இருக்கும் கட்டிடத்திலேயே இன்றும் நடந்து வருகிறது.

புதுக்கோட்டை நகரின் மையப் பகுதியில் இருக்கும் இவ்விடம் தற்போது தட்சிணாமூர்த்தி கோவில் என்று அழைக்கப்படுகிறது. அவ்விடம் பழைய அரண்மனையின் பூஜை அறை. பூஜை அறைக்கே இவ்வளவு பெரிய இடம் என்கிறபோது அரண்மனை எவ்வளவு பெரிதாக இருந்திருக்கும் என்று பிரமிப்பாக இருக்கிறது. முகப்பு மண்டபம் ஸ்ரீ தட்சிணாமூர்த்தி கோவில்(பூஜை வீடு) என்கிற பெயர்ப்பலகையோடு எளிமையாக இருக்கிறது. முதல் பார்வையில் இது அரண்மனையா? என்கிற ஆச்சர்யம் வராமல் இல்லை. இந்த மண்டபத்தை கடந்து தான் பிரம்மாண்டமான உருளைத் தூண்கள் கொண்ட தர்பார் வழியே கோவிலுக்குள் செல்ல வேண்டும். அவ்விடத்தைக் கடக்கும் போதே ஒரு அரண்மனைக்கு உள்ளே செல்லும் உணர்வு வந்துவிடுகிறது. ஆங்காங்கே மன்னரின் உருவம் சுவற்றில் வரையப்பட்டுள்ளது. குறுகலான சலவைக்கல் தரைப்பகுதியை தாண்டி உள்ளே சென்றால் விசாலமான மண்டபம் வருகிறது.அழகிய வேலைபாடுகள் கொண்ட மரத் தூண்களைக் கொண்டதாக இருக்கிறது அம்மண்டபம். அதன் எதிரே தான் அந்த பொக்கிஷம் இருக்கும்கருவறை. ஸ்ரீ சதாசிவபிரம்மேந்திரர் தனது விரலால் எழுதி உபதேசித்த மணல் இருக்கும் பேழை அந்தக் கருவறையில் தான் இருக்கிறது. அதன் வெளியே வலது புறம் ஸ்ரீ தட்ஷிணாமூத்தி ஸ்வாமி தனி மண்டபத்தில் எழுந்தருளி இருக்கிறார். ஞானிகள் பற்றி கதைகள்ளாகவும் செய்திகளாகவும் காதால் கேள்விப்

பட்டு இருக்கிறோம். ஆனால் பௌதிகரீதியாக ஸ்ரீ சதாசிவ பிரம்மேந்திரரின் விரல் பதிந்த, அவரால் எழுதப்பட்ட மணல் இதோ நமக்கு பத்து அடி தூரத்தில் இருக்கிறது என்னும் போது அந்த ஆனந்தத்துக்கு எல்லை இல்லை. அந்த இடமே ஸ்ரீ தட்சிணாமூர்த்தி அமர்ந்திருக்கும் ஆலமரத்தடி போல இருக்கிறது. கருவறைக்கு நேர் எதிரே பரந்துபட்டு இருக்கும் விசாலமான கொலு மண்டபத்தில் பக்தர்கள் ஆங்காங்கே கண்மூடி தியானம் செய்கிறார்கள். கோவிலில் இருக்கிறோம் என்பதைவிட தியான மண்டபத்தில் இருக்கிறோம் என்பதான உணர்வு வருகிறது. தீபம் ஏற்றுவதற்கு தனியே இடம் இருக்கிறது. பக்தர்கள் இங்கு வந்து தீபம் ஏற்றி பிரார்த்தனை செய்து கொள்கிறார்கள். அங்கு ஏற்றப்பட்டிருக்கும் தீபங்களின் எண்ணிக்கையே மக்களின் நம்பிக்கையை நமக்குச் சொல்கிறது. கருவறையைச் சுற்றிவருவதற்கு ஏற்றவாறு பாதை இருக்கிறது. கருவறை புறச் சுவற்றில் நவகிரகங்களின் படங்கள் அழகுற வடிக்கப் பட்டு இருக்கிறது.

ஸ்ரீ சாதாசிவ பிரம்மேந்திரர் போன்ற ஆத்ம ஞானிகள் காலத்தில் நாம் வாழவில்லை. அவர்களின் சாட்சியாக இன்று நம்மிடையே இருக்கும் புதுக்கோட்டை ஸ்ரீ தட்சிணாமூர்த்தி கோவிலை வாழ்வில் ஒருமுறையாவது தரிசிப்பது நமக்கு கிடைக்கும் பெரும்பேறு. தங்கள் பரம்பரைக்குக் கிடைத்த அம்மாபெரும்பொக்கிஷத்தை அனைத்து மக்களும் பிரதி வியாழக்கிழமை தோறும் தரிசிக்க வாய்ப்பளித்திருக்கும் மன்னர்வம்சத்தினரும் பாராட்டுக்கு உரியவர்களே.

புதுக்கோட்டை நகரின் மத்தியில் மேலராஜ வீதியில் உள்ளது இக்கோவில்.

# 2

## எண்கண் முருகன்

பொரவச்சேரி சிற்றரசன் முத்தரசோழன் மிகச்சிறந்த முருக பக்தன். தான் அன்றாடும் மானசீகமாக வழிபடும் முருகனுக்கு அற்புதமான சிலை ஒன்றினை வடித்து அதன் மூலம் மங்காப் புகழ் பெற்று வரலாற்றில் நிலைத்துவிட வேண்டும் என்பது அம்மன்னனின் பேராசை. என்னதான் பக்திமானாக இருந்தாலும் தான் எனும் அகந்தை தலைக்கு ஏறாமல் இருக்க பூர்வஜென்மத்தில் புண்ணியம் செய்திருக்க வேண்டும் அல்லவா? அதற்கான அம்சம் அந்த மன்னனுக்கு இல்லை.

தான் மனதில் நினைக்கும் படி ஒப்பற்ற வடிவத்தில் முருகன் சிலையை வடித்துத் தரும் வல்லமை கொண்ட சிற்பியை தேடிக்கொண்டு இருந்தான். பல்வேறு நாட்டில் உள்ள சிற்பிகளின் பட்டியலை எடுத்துக்கொண்டு அதற்கான ஆயத்த தேடலை மந்திரிமார்கள் ஆரம்பித்து இருந்தார்கள். தேடல் நிகழ்ந்த வாறு இருந்ததே தவிர அத்தகைய சிற்பி கிடைக்கவில்லை. அவ்வாறு கிடைத்தாலும் அவர் வேலைப்பாட்டில் மன்னனுக்கு திருப்தி கிடைக்கவில்லை. நாட்கள் ஓடின. ஒரு நாள் மன்னனின் செவியில் தேனினும் இனிய செய்தி கிடைத்தது. "நம் நாட்டிற்கு ஒரு நாடோடி வந்துள்ளார். அவர் யாரிடமும் பேசுவது இல்லை யாசகம் கேட்பதும் இல்லை. உளியும் கையுமாகவே இருக்கிறார். எந்தக் கல்லிலும் ஏதேனும் ஒன்றை செதுக்கிய வண்ணம் இருக்கிறார்" என்று ஒற்றன் மூலம் அந்தத் தகவல் கிடைத்தது.

மன்னன் ஓடோடிச்சென்று அந்த நாடோடிச் சிற்பியை கண்டு வணங்கினார். சிற்பியின் தோற்றம் ஒரு முனிவரைப் போல இருந்தது. தனது மனதில் உள்ளவாறு முருகன் சிலையை தாங்கள் தான் வடித்துத் தரவேண்டும் என்று சிற்பமுனிவரிடம் வேண்டிக் கொண்டான். அப்படியே செய்வதாக ஒப்புக்கொண்ட சிற்பமுனிவர் மூலமந்திரங்களை ஜெபித்து மனக்கண்ணில் ஆறுமுகனைக் கொண்டு வந்து உளியினை எடுத்து வடிக்கத் துவங்கினார். ஒரு சில நாட்களில் அற்புதமான அறுமுகக்கடவுளின் சிற்பம் முழுமை அடைந்தது. அன்றைய தினம் சிலைக்கு கண்திறக்கும் நாள். நட்சத்திரம்,நல்லநேரம், பார்த்து மன்னன், அமைச்சர் பெருமக்கள்,மக்கள் சூழ, கந்தப்பெருமானுக்கு கண்களைத் திறந்தார் சிற்பி. மன்னனுக்கு பெரும் மகிழ்ச்சி.அவனது மனதில் தோன்றியதை விட பேரழகாக இருந்தது அந்த முருகனின் சிலை.

கர்மவினை மன்னனை துரத்திற்று. கர்வம் தலைக்கு ஏறியது. சிற்பமுனிவரை பார்த்து மிக மகிழ்ச்சியுடன் பொன்னும், மணியும், ஆபரணங்களும் கொடுத்து "தாங்கள் என் நாட்டிலேயே தங்க வேண்டும்" அதற்கான எல்லா ஏற்பாடுகளையும் நான் செய்கிறேன் என்றான். சிற்பமுனிவர் சிரித்துக் கொண்டார். மன்னா, நான் என் வேலையை முடித்து விட்டேன், இங்கு என் பணி முடிந்தது. நான் நாடோடி, ஆற்றைப் போல ஓடிக்கொண்டே இருப்பவன். என்னை அணை கட்டித் தேக்காதே. இந்த பொன்னும் பொருளும் எனக்குத் தேவையில்லை. என்னுடைய சொத்து இந்த உளி மட்டும் தான். எனக்கு விடைகொடுங்கள் வருகிறேன் என்று கிளம்பினார்.

அதுவரை கெஞ்சிக் கொண்டிருந்த மன்னன் அகம்பாவம் மெள்ள எட்டிப்பார்க்கத் துவங்கியது. "சிற்பியே தாங்கள் இங்கிருந்து எங்கும் சென்றுவிட முடியாது இது என் கட்டளை" என்றான் மன்னன்.

சிற்பமுனி சிரித்துக் கொண்டே என்னால் ஒரு இடத்தில் தேங்கிவிட முடியாது என்னை எதற்காக தடுக்கிறீர்கள்? என்றார்.

"உலகத்திலேயே பேரழகான முருகன் சிற்பத்தை நான் எனது ஆட்சிகாலத்தில் தான் செய்தேன் என்கிற வரலாறு எனக்கு முக்கியம்.

நீங்கள் வேறு எங்காவது போனால்,இதைவிட அழகான சிற்பத்தை செதுக்கி விட்டால், அது என் பெருமைக்கு குந்தகம் விளைவிக்கும். அதனால் தான் உங்களை இங்கேயே தங்கச் சொல்கிறேன்" என்றான் மன்னன்.

சிற்பி பதில் ஏதும் பேசாமல் எனக்குத் தொழில் சிற்பம் வடிப்பது அதை செய்துகொண்டு தானே இருப்பேன். உனக்கு வேண்டுமானால் இந்த சிற்பத்தில் திருப்தி ஏற்பட்டு இருக்கலாம், ஒரு கலைஞனான எனக்கு இதில் இன்னும் திருப்தி ஏற்படவில்லை. இன்னும் என்ன மாதிரியெல்லாம் கலை நுனுக்கத்துடன் இந்தச் சிற்பத்தினை செதுக்கி இருக்கலாம் என்று எனது மனதில் தோன்றிக்கொண்டே இருக்கிறது. அது தான் கலையின் தாகம். என்னை தடுக்காதீர்கள் மன்னா, என்று சிற்பி கைகூப்பி நின்றார்.

மன்னனுக்கோ அடங்காத கோவம், "அப்படியெனில் நீர் இன்னும் பலசிற்பங்கள் வடிப்பீர்கள் அப்படித்தானே?" என்றார்.

"ஆம் மன்னா இதில் என்ன சந்தேகம்?. என்னைச் சிறையிலடைத்தாலும் என் கைகள் சும்மா இருக்காது? முருகனின் பல்வேறு வடிவங்களைச் செதுக்கிக் கொண்டுதான் இருக்கும்". என்றார் சிற்பி.

உரக்கச் சிரித்தான் மன்னன். கைகள் சும்மா இருக்காதா?... அதையும் தான் பார்ப்போம் என்று "சிற்பியின் இரண்டு கைகளின் கட்டைவிரல்களையும் வெட்டிவிடுங்கள்"இது என்உத்தரவுஎன்றான். காவலர்கள் சிற்பியின் இரண்டு கைகளின் பெருவிரல்களையும் முருகன் சிலைக்கு எதிரிலேயே வெட்டினார்கள். சிற்பி செதுக்கிய முருகன் சிலையாக நின்று சிரித்துக்கொண்டு இருந்தான்.

பெருவிரல்களை இழந்த சிற்பி நாட்டைவிட்டு அடுத்த ஊருக்குப் பயணமானார். அந்த ஊர் எட்டுக்குடி. இரண்டு பெருவிரல்களை இழந்தநிலையிலும் தன் மனதில் குடிகொண்ட வேலவனை செதுக்கும் பணியில் ஈடுபடலானார். ஒரு நாள் அந்த அற்புத திருப்பணி நிறைவுக்கு வந்தது. முந்தைய சிற்பத்தினை விட பேரெழில் கொண்ட

சிற்பத்தினை சிற்பி உருவாக்கியிருந்தார். ஊரே திரண்டது, செய்தி திசையெங்கும் பரவியது. எல்லா திசைகளில் இருந்தும் மக்கள் வண்டி கட்டிக்கொண்டு வந்து முருகனை தரிசித்துச் சென்றனர்.

செய்தி மன்னன் காதுக்கும் எட்டியது. அடங்காத கோபம் கொண்டான். விரல்களை வெட்டியும் அந்த சிற்பியின் திமிர் அடங்கவில்லையே என்கிற ஆற்றாமை மன்னனை நிதானம் இழக்கச் செய்தது. காவலர்களை அழைத்து கட்டளை இட்டான். "அந்த சிற்பமுனிவரின் இரண்டு கண்களையும் பறித்து வாருங்கள்" என கர்ஜித்தான். காவலர்களும் அவ்வாறே சென்று சிற்பியின் கண்களை பறித்தனர். சிற்பி சிறிதும் கலங்கவில்லை. சிரித்துக் கொண்டார். எதிரே புதிதாக வடித்த எட்டுக்குடி முருகனும் சிலையாக சிரித்துக் கொண்டிருந்தான்.

கண்களையும் கை பெருவிரல்களையும் இழந்த சிற்பி ஒரு சிறுமியின் ஆதரவோடு அடுத்த ஊர் நோக்கி பயணமானார். அந்த ஊர் எண்கண். சிற்பியின் முருகபக்தியும், கலைஞானமும் சும்மா இருக்க விடவில்லை. மீண்டும் முருகனின் சிற்பத்தினை செதுக்க வேண்டும் என்கிற ஆவல் அதிகரித்தது. கண்கள் இல்லை, கை பெருவிரல்கள் இல்லை, எப்படி செதுக்குவீர்கள் தாத்தா என்றாள் சிறுமி. நீ தான் இருக்கிறாயே குழந்தாய், எனக்கு கண்களாய் விரல்களாய் அது போதும் என்றார். அந்தச் சிறுமியின் உதவியுடன் சிலையினை செதுக்கத் துவங்கினார். இதுவரை எங்கும் செதுக்காத வகையில் மயில் மேல் அமர்ந்த ஆறுமுகன் சிலையின் மொத்த எடையையும் மயிலின் இரண்டு கால்கள் மட்டும் தாங்கியிருக்கும் படியும், பண்ணிரு கரங்களிலும் விரல்கள் கூட தனித்தனியே இடைவெளியுடன் செதுக்க வேண்டும் எனவும், அம்புராத்துணியில் இருந்து இரண்டு விரல்களால் அம்பினை எடுக்கும் லாவகம் அப்படியே சிலையில் தெரிய வேண்டும் என்கிற கற்பனையுடனும், நேரில் பார்ப்பது போல தத்ரூபமாக இருக்க வேண்டும் என்கிற வைராக்கியத்துடனும் அப்பணியில் இரவு பகல் பாராமல் ஈடுபட்டார். சிறுமியின் உதவியுடன் சிலையினை எழிலுற செய்துகொண்டு வந்தார் சிற்பமுனிவர்.

தகவல் அரசவைக்குச் சென்றது. இன்னும் அந்த சிற்பியின் திமிர் அடங்கவில்லையா? என்கிற ஆத்திரம் மன்னனுக்கு. படைகளுடன் எண்கண் நொக்கி விரைந்தான் மன்னன். அன்றைய தினம் முருகன் சிலைக்கு கண் திறக்கும் நாள். சிற்பத்தின் முழு வெளிப்பாடும் கண்களில் தான் இருக்கும். துல்லியம் தேவைப்படும் நாகாசு வேலை அது. அதனால் தான் சிற்பிகள் சிலைக்கு கண்கள் திறப்பதை இறுதியாகச் செய்வார்கள். சிறுமியின் விரலை விழியின்மையப்பகுதி இருக்க வேண்டிய இடத்தில் வைக்கச் சொல்லி அவ்விடத்தில் உளியின் முனை இருக்கும்படி வைத்து அதனை கணக்காகக் கொண்டுகண்களை திறக்க முற்பட்டார். உளி சற்றுத் தவறி சிறுமியின் கைகளில் பட்டுவிட சீறிப்பாய்ந்தது இரத்தம். சிதறிய இரத்தத்தில் சில துளிகள் சிற்ப முனிவரின் இமைகளில் பட்டுவிட இழந்த கண்கள், பறிக்கப்பட்ட கண்கள், முனிவருக்கு மீண்டும் வந்து பார்வை தெரிந்தது. வெட்டப்பட்ட கைபெருவிரல்கள் மீண்டும் தோன்றியது. மன்னன் அவ்விடத்திற்கு வருவதற்கும் சிற்ப முனிவரின் பார்வை திரும்புவதற்கும் சரியாக இருந்தது. இந்த அற்புதச் செயலை கண்டு ஆச்சரியம் கொண்ட மன்னன் சிற்பியின் காலில் விழுந்து மன்னிப்புக் கோரினார். சிற்பமுனிவர் சிரித்துக் கொண்டார். எதிரே எண்கண்முருகனும் சிரித்துக் கொண்டிருந்தான்.

அதன்பின் தனக்கு கண்கொடுத்த எண்கண் முருகனுக்கு தொண்டு செய்து கொண்டு அங்கேயே தன் வாழ்நாளினை கழித்து முக்தி அடைந்தார் சிற்பமுனிவர். இப்போதும் நாம் எண்கண் கோவிலுக்குச் சென்றால், கோபுரத்துக்கு முன்னதாக ஸ்தலவிருட்சம் வன்னிமரம் இருக்கும் அதன் அடியில் ஒரு விநாயகர் சிற்பம் சிறிய மண்டபம் உள் இருக்கும். மரத்தைச் சுற்றி உயரிய மேடை போன்ற அமைப்பைக் காணலாம். அங்குதான் சிற்பமுனிவரின் சமாதி இருப்பதாக நம்பப் படுகிறது.

கோவிலுக்குள் நுழைவதற்கு முன் வன்னி மரத்தடியில் சமாதியாகி இருக்கும் சிற்பமுனிவரை பிரார்த்தனை செய்துகொள்ள வேண்டும் அல்லவா? வாருங்கள் சிற்பமுனிவரை வணங்கி கோவிலுக்குள் நுழைவோம்.

மூன்று நிலை கொண்ட கோபுரம். கோபுரத்தின் உள் சுவற்றில் 25.4.10 இல் குடமுழுக்கு ஆனதாக கல்வெட்டு தெரிவிக்கிறது. உள்ளே நுழைந்தால் பிரகாரத்தில் தான் காலடி எடுத்து வைக்கிறோம். ஒரே பிரகாரம் எனினும் விசாலமாக இருக்கிறது. எண்கண் முருகன் கோவில் என்று பிற்காலத்தில் பிரபலம் ஆனாலும் ஆதியில் இக்கோவில் சிவன் கோவில்தான். இப்போதும் மூலவர் சிவன் தான். மூலவர் பெயர் பிரம்மபுரீஸ்வரர். அம்பாள் பெரிய நாயகி எனும் பிரஹன்நாயகி அம்மன். பிரம்மபுரீஸ்வரர் பெயர்க்காரணத்திற்குப் பின்னால் ஒரு புராணக் கதை உண்டு. முதலில் கோவில் அமைப்பினைக் கண்டு, மூலவர் உற்சவர், பிரகாரங்களில் உள்ள பரிவார தெய்வங்கள் அனைத்தையும் தரிசித்து வணங்கி நமஸ்கரித்து பிறகு அமர உட்கார்ந்து அந்தக் கதையினை பேசுவோம் வாருங்கள்.

முகமண்டபத்தில் பெரியநாயகி தெற்கு நோக்கி காட்சி அளிக்கிறார். அவ்விடத்தில் இருந்து சிவனையும் தரிசிக்கும் சோழர்கால அமைப்பில் இச்சன்னிதி உள்ளது. அடுத்து அற்புதமான ஐம்பொன் கலைப்படைப்பான நடராஜர் சன்னதி. அம்மன் சன்னதிக்கும் நடராஜர் சன்னதிக்கும் இடைப்பட்ட சுவற்றில் மேலே சொன்ன சிற்பமுனிவரின் கதை ஓவியமாக தீட்டப்பட்டுள்ளது. குழந்தைகளுக்கு காட்சிகளாகச் சொல்லி விளங்க வைக்கும் படி மிக அழகாக வரையப் பட்டுள்ளது ஓவியங்கள். நடராஜர் சன்னதியும் அம்மன் சன்னதியும் தெற்கு நோக்கி இருக்க நடராஜர் சன்னதி எதிரில் கிழக்கு நோக்கி சனீஸ்வரன் இருக்கிறார். திருநள்ளார் போல நவகிரகத்தோடு இல்லாமல் தனித்து காட்சி அளிக்கிறார். பக்தர்கள் தங்கள் வேண்டுதல்களுக்கு ஏற்ப சனிக்கிழமைகளில் சனீஸ்வரன் முன்பாக அகல்விளக்கினை ஏற்றி வழிபடுகின்றனர். ஏழரை சனியால் இன்னல்கள் ஏற்படாமல் இருக்க இத்தகைய பரிகாரம் செய்கிறார்கள்.

அதற்கு அடுத்ததாக சிறிய நந்தி மற்றும் பலிபீடம் தரிசித்துக்கொண்டு தெற்குதிசை நோக்கி வீற்றிருக்கும் முருகன் வள்ளி தெய்வயானையுடன் இருக்கும் உற்சவர் சன்னதியை தரிசனம் செய்கிறோம். அந்தச் சன்னதியை சண்முகநாத தேவ சபை என

அழைக்கிறார்கள். முப்பத்து முக்கோடி தேவர்களுக்கும், சிம்ம வர்மனுக்கும், காட்சி கொடுத்து அருளியதால் உற்சவர் சன்னதி தேவ சபை என அழைக்கப்படுகிறது. இந்த தேவ சபையின் நேர் எதிரில் கிழக்கு நோக்கியவறு அமைந்துள்ள ருத்திராபதீஸ்வரர் சன்னிதியில் நான்கு அடிக்கு மேலான ருத்ராபதீஸ்வரரின் ஐம்பொன்சிலை காணவேண்டிய ஒன்று. உங்களுக்கு ஐயடிகள் காடவர்கோன் வரலாறு தெரிந்திருந்தால் உருகிய உலோகத்தினை குடித்து உத்திராபதியார் சிலையாக மாறிய சிவனடியார் கதையும் திருச்செங்காட்டங்குடி யில் நிகழும் சித்திரை திருவோண "சண்பகப்பூ விழா" வும் நினைவிற்கு வரும். அதனை அடுத்து தென் திசை நோக்கிய வள்ளி தெய்வயானை சமேத ஆறுமுகன் மூலவர் சன்னதியை அடைகிறோம். இந்தக் கருவறை ஞானசபை என்று அழைக்கப்படுகிறது. பிரம்மனுக்கு உபதேசம் செய்ததால் ஞானகுரு வாக தெற்கு நோக்கி அமைந்துள்ள இக்கருவறை ஞானசபை என அழைக்கப்படுகிறது. மிக அழகிய வேலைப்பாடு கொண்டதாக இருக்கிறது மூலவர் சிற்பம். மயில் மேல் முருகன் ஆறுமுகம் கொண்டு விளங்குகிறார். இருபுறமும் வள்ளி தெய்வயானை தனிச் சிற்பங்களாக உள்ளனர். தெற்கு நோக்கி இருக்கும் இந்த ஆறுமுகன் சன்னதிக்கு நேர் எதிரே தான் கொடிமரம் இருக்கிறது. கொடிமரத்துக்கு முன்னதாக உள்ள உயர்ந்த மண்டபத்தில் வேலும், மயிலும், அமைந்துள்ளது. அவ்விடத்தில் தான் முருகனுக்கான அகல் விளக்கேற்றும் பிரார்த்தனை செய்கிறார்கள் பக்தர்கள். கோவிலுக்குச் செல்ல கிழக்கு வாசல் வழியும் முருகன் சன்னதிக்கு நேர் எதிரே ஒரு வழியும் உள்ளது. அவ்வழிக்கு முன்பாக உள்ள வளைவில் அருள்மிகு ஸ்ரீ ஷண்முகநாதர் வளைவு என பெயரிடப்பட்டுள்ளது.

அறுமுகன் வீற்றிருக்கும் ஞானசபையினை கடந்தோமானால் நாம் கிழக்கு நோக்கிய சிவன் சன்னதியை அடைகிறோம். மூலவர் பிரம்மபுரீஸ்வரை தரிசித்துக்கொண்டு பிரகாரத்திற்கு வருகிறோம். தெற்கு கோஷ்ட்டத்தில் நர்த்தன கணபதி, தட்சிணாமூர்த்தி, காட்சி அளிக்கின்றனர். கன்னி மூலையில் கணபதிக்குச் தனி சன்னதியும் இருக்கிறது. மாடப்பத்தியில் விநாயகர், வீரபத்திரர், சப்த மாதாக்கள்,

சாஸ்தா, பஞ்சலிங்கங்கள், அர்த்தநாரீஸ்வரர், மகாலெட்சுமி, ஜேஷ்ட்டாதேவி, பிரகாரதின் வடபுறம் பாலசுப்ரமணியருக்கும் சண்டிகேஸ்வரருக்கும் தனித் தனி சன்னதிகள். சண்டிகேஸ்வரர் சன்னதிக்கு அருகிலேயே கோவில் கிணறு ஒன்றும் உள்ளது. வடபுற கோஷ்ட்டத்தில் பிரம்மா, துர்க்கை, எழுந்தருளியுள்ளனர். பிரகாரத்தின் ஈசான திசையில் காசி விசுவநாதர், விசாலாட்சி, பாலசுப்பிரமணியர், வடுக பைரவர், பைரவர், விஷ்ணு துர்க்கைகள், நின்ற விநாயகர், விஷ்ணு, லிங்கோத்பவர், சூரியன், நவக்கிரகங்கள் என வரிசையாக அமைந்துள்ளது. இப்பகுதியில் அமைந்துள்ள இரண்டு விஷ்ணுதுர்க்கை சிலைகளில் முதலாவதாக இருக்கும் சிற்பம் நம்மை மெய்மறக்கச் செய்கிறது. ஒருவேளை அந்த சிற்பமுனிதான் இந்தச்சிலையையும் வடித்திருப்பாரோ? என்கிற கற்பனை தோன்றுகிறது. ஏனென்றால் அச்சிலையின் கண், நாசி, இதழ்கள், கன்னம், என ஒவ்வொன்றும் அளவெடுத்தது போன்ற கச்சிதத்துடன் பேரழகாக வடிக்கப்பட்டுள்ளது அச்சிலை. எண்கண் முருகனின் மூலவரை நாம் அவ்வளவு அருகில் இருந்து தரிசிக்க முடியாது. குறைந்த பட்சம் பத்து அடி இடைவெளியாவது நமக்கும் கருவறைக்கும் இருக்கும். ஆனால் இந்த விஷ்ணு துர்க்கையை மிக அருகில் தரிசிக்கக் கூடிய பெரும்பேறு நமக்குக் கிடைக்கிறது.

இப்போது நாம் பிரகாரத்தை முழுமையாக சுற்றிவந்து விட்டோம். சிவன் கோவிலில் அமராமல் வரக்கூடாது என்று சொல்வார்கள் அல்லவா? வாருங்கள் சுத்தமான பிரகாரத்தில் கொடிமரத்தின் அருகே அமர்வோம். இப்போது மூலவருக்கு ஏன்பிரம்மபுரீஸ்வரர் எனும் பெயர்?, கந்தனுடைய சன்னதிக்கு ஏன் ஞானசபை என்று பெயர்? போன்ற கேள்விகளுக்கான விடையை தலபுராணக் கதையின் மூலமாகத்தெரிந்து கொள்வோம்.

ப்ரணவ மந்திரத்தின் பொருள் தெரியாமல் சிறைபட்ட பிரம்மனிடம் இருந்து படைப்புத் தொழிலை எடுத்து தானே மேற்கொண்ட முருகனின் திருவிளையாடல் நமக்குத் தெரியும் தானே? அப்படி இழந்த படைப்புத் தொழிலை மீண்டும் தனக்குக் கொடுக்க வேண்டும் என்று இத்தலத்தில் உள்ள சிவபெருமானிடம்

பிரம்மன் வேண்டிக் கொண்டு தன்னுடைய எட்டுக் கண்களால் பூஜை செய்தார். இவ்வாறு பிரம்மன் தனது எட்டுக்கண்களால் பூஜித்ததால் இத்தலத்துக்கு "எண்கண்" "அஷ்டநேத்திரபுரம்" மற்றும் "பிரம்ம புரம்" எனவும் பெயர் வந்தது. சாதாரண பக்தனின் பிரார்த்தனைக்கே செவிமடுக்கும் ஈசன் பிரம்மன் கண்களால் அர்ச்சனை செய்தால் மனம் இறங்காமல் இருப்பாரா? பிரம்மனுக்கு மீண்டும் சிருஷ்டித்தொழிலை கொடுத்துவிடும்படி முருகனிடம் கேட்டுக்கொண்டார். முருகனோ, "பிரம்மாவுக்குத் தான் ப்ரணவ மந்திரத்தின் பொருள் தெரியவில்லையே? என சொல்ல, ஈசன்" எனக்கே நீதானே ப்ரணவத்தின் பொருள் உரைத்தாய் குமரா" அதுபோல பிரம்மனுக்கும் போதிக்கலாம் அல்லவா என கேட்க "அவ்வாறே செய்கிறேன் எந்தையே" என முருகன் சொல்லி தெற்கு நோக்கி குருவாக அமர்ந்து பிரம்மனுக்கு பிரணவத்தின் பொருளையும் உபதேசித்து சிருஷ்டித் தொழிலையும் திருப்பிக் கொடுத்தார் என்கிறது தலபுராணம். இதன் காரணமாகவே கோள்களின் நிலைகாரணமாக பதவியை இழந்தவர்கள், மீண்டும் பதவி கிடைக்கவும், வேலை கிடைக்காதவர்களுக்கு வேலை கிடைக்கவும், இத்தலத்துக்கு வந்து ஈசனிடம் வேண்டிக் கொண்டு முருகனுக்கு விளக்கு ஏற்றி பிரார்த்தனை செய்து வாழ்வில் பலன் பெறுகிறார்கள். பிரம்மன் சிவபெருமானை கண்களால் பூஜித்த தலம் என்பதாலும் சிற்பமுனிவரின் பறிக்கப்பட்ட கண்களை மீண்டும் கொடுத்ததாலும் பார்வையில் குறைபாடு உள்ளவர்கள் இத்தலத்துக்கு வந்து முருகனை தரிசித்து வேண்டிக்கொண்டு கண்கள் தொடர்பான பிரச்சினைகளுக்கு தீர்வு பெற்றுவருகிறார்கள்.

தலவிருட்சம் வன்னி மரம். வன்னி மரத்துக்கு வடமொழியில் "சமீ" என்கிற பெயர் உண்டு. ஒரு காலத்தில் இப்பகுதி வன்னி மரக்காடாக இருந்ததால் "சமீவனம்" என்று இவ்வூர் அழைக்கப்பட்டு வந்தது. குமார தீர்த்தம், மற்றும் விருத்த காவேரி எனும் வெட்டாறு ஆகிய இரு தீர்த்தங்கள் உள்ளன.

ஊர்களின் பெயர்கள் காலமாற்றத்தினால் பல்வேறாக திரிந்து போவது வழக்கம் தான். இக்கோவிலில் இதுவரை இருபத்திஏழு

கல்வெட்டுக்கள் படியெடுக்கப்பட்டுள்ளன. முதலாம் குலோத்துங்கன், விக்கிரம சோழன், இரண்டாம் ராஜராஜன், இராதிராசன், மூன்றாம் குலோத்துங்கன், மூன்றாம் ராஜராஜன், ஆகிய மன்னர்களின் ஆட்சி கால கல்வெட்டுக்கள் அவைகள். இக் கோவில் கல்வெட்டு ஒன்று இவ்வூரினை குலோத்துங்க சோழ வளநாட்டு, இங்கன் நாட்டு இங்கனான பவித்திரமாணிக்கச் சதுர்வேதி மங்கலம் இறைவன் "திருவெண் சாருடையார்" என்றும் "திருவின்சாருடைய மகாதேவர்" என்றும் இத்தலத்தின் ஈசன் குறிப்பிடப்படுகிறார்.

தைப்பூசம் பெருவிழா பத்து தினங்கள் தேர் ஓட்டத்துடனும் விருத்தக் காவிரியில் தீர்த்தவாரி யுடனும் வெகுசிறப்பாக ஆண்டுதோறும் நடைபெறுகிறது. பங்குனி மாதம் 8ஆம் தேதிமுதல் 11 ஆம் தேதிவரை நான்கு நாட்கள் பிரம்ம புரீஸ்வரருக்கு சூரிய பூஜை நடைபெறுகிறது. இந்த நான்கு நாட்களும் தினசரி சூரிய உதயத்தில் சூரியனின் கிரணங்கள் பிரம்மபுரீஸ்வரரின் மீது விழுகிறது. இதன் காரணமாக இத்தலத்துக்கு பாஸ்கரதலம் என்றும் பெயர்.

அருணகிரி நாதர் திருப்புகழில் இத்தலைத்தை "இந்திரன் பதம் பெற அண்டர் தம் பயம் கடிந்த பின்பு எண்கண் அமர்ந்திருந்த பெருமாளே" என்று பாடுகிறார். செந்தூரில் சூரனை அழித்து தேவேந்திரன் தன்னுடைய பதத்தினை பெறுமாறு தேவர்களின் பயத்தினை போக்கிய பின் எண்கண் எனும் தலத்தில் அமர்ந்த பெருமாளே என்பது இதன் பொருள். இத்தலத்தில் கந்தசஷ்டி விழா மிகச்சிறப்பாகக் கொண்டாடப்படுகிறது.

கண்நோயுற்றவர்கள், வேலைவாய்ப்பு தேடிக்கொண்டு இருப்பவர்கள், வேலை இழந்தவர்கள், செவ்வாய் தோஷம் உள்ளவர்கள், புத்திரப் பேறு வேண்டுவோர், குரு அருள் வேண்டிவோர், அனைவரும் அவசியம் சென்று தரிசித்துப் பலன் பெறவேண்டிய திருத்தலம் எண்கண்.

(இக்கோவில் வளாகத்திலேயே ஆதிநாராயணப் பெருமாள் கோவில் அமைந்துள்ளது. பெருமாள் கருடனின் தோளில் அமர்ந்துள்ள வாறு உள்ளது திருக்கோலம். எனவே இத்தலத்தில்

நித்ய கருடசேவை. வேறு எந்த கோவிலிலும் காணமுடியாத அம்சம் இது. மிருகசீரிட நட்சத்திரத்தில் பிறந்தவர்களுக்கு பரிகாரத்தலமாக விளங்குகிறது.)

தரிசன நேரம்:

காலை 6.30 AM – 11.00 AM மாலை 4.00 PM – 8.30 PM

## வழி

திருவாரூர் மாவட்டம் குடவாசல் வட்டத்தில் உள்ளது இத்திருத்தலம். தஞ்சை திருவாரூர் பேருந்து சாலையில் முகந்தனூரில் இருந்து ஒரு கி.மீ இல் உள்ளது எண்கண். திருவாரூரிலிருந்தும் கும்பகோணத்தில் இருந்தும் பேருந்து வசதிகள் உள்ளது.

# 3

# செட்டிகுளம் ஏகாம்பரேஸ்வரர்

செட்டிக்குளம் ஊர் திருச்சியிலிருந்து பெரம்பலூர் செல்லும் சாலையில் ஆலத்தூரிலிருந்து இடதுபுறம் எட்டு கி.மீ. தூரத்தில் உள்ளது. இங்குள்ள 240 படிகள் கொண்ட குன்றில் முருகன் கோவிலும் எதிரே கிழக்கு பார்த்து காமாட்சியம்மன் உடனுரை ஏகாம்பரேஸ்வரர் கோவிலும் உள்ளது. குன்றின் மீதுள்ள முருகன் கோவில் வடபழனி என்றும் அழைக்கப் படுகிறது. முருகன் கையில் கரும்புடன் இருகிறார்.

ஏகாம்பரேஸ்வரர் கோவிலில் குபேர னுக்கு என தனி சன்னிதியில் சித்திரலோகா சமேதராக வீற்றிருந்து மகா குபேரன் அருள்பாலிக்கிறார். பணிரெண்டு ராசிக்காரர்களுக்கான பணிரெண்டு குபேரன் இக்கோவிலின் உள் இருப்பதும், இங்கு விசேஷம். ஒவ்வொரு ராசிக்காரர்களும் தத்தமது நட்சத்திர நாளில் இங்கு வந்து அவரவர் ராசிக்குரிய குபேரனுக்கு உகந்த பச்சை வஸ்திரமும், பச்சை குங்குமமும் சாத்தி, நிவேதனம் செய்து வழிபட்டால், யோகம் பெருகி தொழிலில் விருத்தி ஏற்படும். செல்வச் செழிப்பு மிகுந்த வாழ்க்கை அமையும் என்பது நம்பிக்கை.

முற்காலத்தில் இந்தப் பகுதி கடம்ப மரங்கள் நிறைந்த, கடம்ப வனமாக இருந்திருக்கிறது. இந்தக் கடம்ப வனத்தில் தினமும் நள்ளிரவு வேளையில் தீம்பிழம்பு தோன்றுவது வாடிக்கையாக இருந்துள்ளது. ஒரு முறை நள்ளிரவு நேரத்தில் இந்தக் கடம்ப வனம் வழியாக வணிகன் ஒருவன் சென்று கொண்டிருந்தான். அப்போது திடீரென்று அங்கு ஒரு தீம்பிழம்பு தோன்றி, அதில் இருந்து

சிவலிங்கம் வெளிப்பட்டது. அந்த சிவலிங்கத்தை தேவர் களும், முனிவர்களும் வழிபட்டனர். இந்தக் காட்சியைக் கண்ட வணிகன் பரவசம் அடைந்தான்.

தான் கண்ட காட்சியைப் பற்றி, அந்தப் பகுதியை ஆட்சி செய்து வந்த பராந்தகச் சோழ மன்னனிடம் போய் கூறினான் வணிகன். அந்த நேரத்தில் சோழ மன்னனின் அரண்மனையில் குலசேகர பாண்டியன் விருந்தினராக தங்கியிருந்தார். வணிகன் கூறியதைக் கேட்டு ஆச்சரியம் கொண்ட சோழ மன்னனும், பாண்டிய மன்னனும் தங்கள் பரிவாரங்களுடன் கடம்ப வனப் பகுதிக்கு வந்தனர். பின்னர் அந்த வனத்திற்குள் சிவலிங்கத்தைத் தேடி அலைந்தனர்.

அப்போது கையில் செங்கரும்பை ஊன்றியபடி ஒரு முதியவர் வந்தார். அவர் சிவலிங்கம் இருக்கும் இடத்தை சுட்டிக் காட்டி விட்டு ஜோதி வடிவாக மறைந்தார். இதைக் கண்டு மெய்சிலிர்த்த பராந்தக சோழனும், குலசேகர பாண்டியனும் சிவனுக்கு இங்கு கோவில் அமத்ததாக கூறுகிறார்கள்.

கோவிலின் உள் ஐந்து தலை நாகருடன் கூடிய வரகுணகணபதி சன்னிதி உள்ளது. வேண்டும் பக்தர்களுக்கு நல்ல குணத்தை அருள்வதால் இப்பெயர் பெற்றதாக கூறுகின்றனர். திருமணத்தடை, புத்திர பாக்கியம், பெற இக்கணபதிக்கு பால் பாயசம் செய்வேத்யம் செய்து அருகம்புல் மாலை சூட்டி வேண்டிக்கொள்கிறார்கள்.

குபேரனின் ஜன்ம நட்சத்திரம் பூசம் ஆகும். ஆனால் ஒரு முறை குபேரன் தன்னுடைய சக்திகளை இழந்து, செல்வங்களையும் பறிகொடுத்தான். பின்னர் இத்தலத்தில் உள்ள காமாட்சி அம்மனை வழிபட்டு இழந்த செல்வங்களை மீட்டெடுத்தான். செல்வங்களை மீட்ட தினம் பூரட்டாதி நட்சத்திரமாகும். எனவே அந்த நட்சத்திரத்தன்று குபேரனுக்கு அபிஷேகங்களும், யாகமும் நடைபெறுகிறது. குபேரன் சன்னிதியில் பச்சை குங்குமம் பிரசாதமாக வழங்குகிறார்கள். குபேரனிடம் வைத்த பச்சை கயிற்றை குருக்கள் கையில் கட்டி விடுகிறார்.

பங்குனி 19,20,21 ஆகிய தேதிகளில் சூரிய ஒளி லிங்கத்தின் மீது விழும்படி இக்கோவில் கட்டப்பட்டுள்ளது. எதிரே உள்ள குன்றின் மேல் உள்ளதண்டாயுதபாணி கோவிலில் மாசி மாதம் 3,4,5 தேதிகளில் சூரியன் மறையும் போது சூரிய ஒளி முருகன் சிலை மீது விழும்படி அமைக்கப்பட்டுள்ளது. 7 என்பதும் இக்கோவிலின் சிசேஷ அம்சமாக இருக்கிறது. ஏழு நிலை, ஏழு படி, ஏழு வாசல், அமைந்துள்ள இக்கோவிலுக்கு வந்து ஸ்வாமி தரிசனம் செய்பவர்களுக்கு ஏழேழு ஜென்மத்துப் பாவங்களும் விலகும் என்பது ஐதீகம்.

திரைப்பட இயக்குனர் கீரா அவர்கள் செட்டிக்குளம் ஊர்க்காரர் தான். இவர் ஒரு பேட்டியில் தங்கள் ஊரை பற்றியும் கோவிலைப் பற்றியும் சொல்லும் போது "சிவன் கோவிலில் இருந்து எதிரே உள்ள மலையில் உள்ள முருகன் கோவிலுக்கு சுரங்கப்பாதை உண்டு, அதுக்குள்ள ஒரே புதரா கிடக்கும், அதுக்குள்ள எப்படியாவது போயிடனும்னு சின்ன வயசுல முயற்சி செய்திருக்கேன், ஆனா பெரியவங்க யாராவது பார்த்துட்டு விரட்டி விட்டுவிடுவார்கள், இப்பவும் அந்த சுரங்கம் வழியா மலைக்கோவிலுக்கு போகவேண்டும் என்கிற ஆசை மட்டும் இருக்கு "அந்த காலத்துல சிவன் கோவில் கோபுர தளத்துல புறா பிடிக்க ஏறுவோம், அப்போ நிறைய ஓலைச்சுவடிகள் கொட்டிக் கிடக்கும், நாங்க அவைகளை கிழிச்சு, கிழிச்சு, விளையாடியிருக்கோம், அதனோட அருமை யெல்லாம் இப்பத்தான் தெரியுது, இப்பவும் சிவன் கோவில் கோபுர தளத்தில் தேடினால் ஓலைச்சுவடிகள் கிடைக்கலாம்" என கூறியுள்ளார்.

கட்டிடக் கலையிலும், சிற்பக்கலையிலும் தேர்ந்த விற்பன்னர்களைக் கொண்டு இவ்வாலயம் அமைக்கப் பட்டுள்ளது. வெவ்வேறு ஓசைகளை எழுப்பும் இசைத்தூண்கள், அழகான விதான ஓவியங்கள், ஒரே தலையை கொண்டுள்ள சிற்பத்தின் ஒருபுறம் பார்த்தால் யானை போலவும் எதிர் திசையில் பார்த்தால் எருது போலவும் தோற்றமளிக்கும் சிற்பம், யாளியின் வாயினுள் உருளும் கல், என சிறப்பம்சங்கள் கொண்ட கோவிலாக விளங்குகிறது.

கடன் பிரச்சினை, வியாபாரத் தடங்கல், திருமண பாக்கியம், குழந்தைப்பேறு, என பல்வேறு பிரச்சினைகளுடன் வரும் பக்தர்கள், விரைவில் அனைத்து பிரச்சினைகளிலுமிருந்து விடுபட்டு செழிப்புடன் இருப்பதாகவும், தொடர்ந்து இக்கோவிலுக்கு வந்து கொண்டிருக்கிறார்கள் எனவும் இங்குள்ள பெரியோர்கள் சொல்கிறார்கள்.

# 4

# புதுக்கோட்டை மலையக்கோவில்

குன்றுகள் தோறும் குடைவரை கோவில்கள் அமைந்த மாவட்டம் புதுக்கோட்டை மாவட்டம். இங்குள்ள பல்வேறு குடைவரைகளில் உள்ள சிறப்பு என்ன வெனில் ஒரு குடைவரை உள்ள பகுதியில் தனித்த ஒரு சமய இறைவன் மட்டும் இன்றி பல்வேறு சமயக் கடவுள்களையும் அடுத்தடுத்து அல்லது கீழ் மேலாக கோவில் கட்டி வழிபாடு செய்து வந்துள்ளனர்.

சிவன், பெருமாள், அல்லது சிவன் முருகன், சிவன் பிள்ளையார் என பல தெய்வத்திருவுருவங்கள் சேர்ந்து பெரும்பாலான இடங்களில் இருப்பது சிறப்பு. ஒவ்வொரு காலத்தில் ஒவ்வொரு கோவில்கள் ஒரே பகுதியில் விரிவாக்கம் செய்யப்பட்டுளவாறு இருக்கிறது.

புதுக்கோட்டையில் இருந்து பொன்னமராவதி செல்லும் சாலையில் இருக்கிறது மலையக்கோவில். நச்சாந்துப்பட்டி தாண்டிய உடன் சாலையில் "மலையக்கோவில் விளக்கு" (விலக்கு எனபதைத் தான் விளக்கு என எழுதிஉள்ளனர்) என்ற பெயர்ப்பலகை காணப்படும்.அங்கிருந்து இரண்டு கிலோ மீட்டர் உள் சாலையில் பயணித்தால் மலையக்கோவில் குடைவரையை அடையலாம்.

மலையில் கோவில் என்பதே மருவி மலையக்கோவில் என்றாகியுள்ளது. மலையக்கோவில் சிவன் மற்றும் முருகன் கோவில்களைக் கொண்டு விளங்குகிறது. மலை மேலே முருகன் கோவில் கீழே இரண்டு சிவன் குடைவரை கோவில்கள்.

பல நூற்றாண்டுகளுக்கு முந்தைய இக்கோவில் தொகுப்பினை ஒவ்வொன்றாக தரிசிக்கலாம் வாருங்கள்.

முதலில் நாம் நுழைவது திருவருட்காளீஸ்வரர் என்று அழைக்கப்படும் ஏழாம் நூற்றாண்டைச் சேர்ந்த சிவன் கோவில். இது தான் முதன்மைக் கோவிலாக ஒரு காலத்தில் இருந்திருக்க வேண்டும். ஏழாம் நூற்றாண்டில் குடையப்பட்ட இக்குடைவரை கோவில் உள்ளே நாம் தெற்கிலிருந்து வடக்காக நுழைகிறோம்.

நீள வாக்கில் முன் பக்கம் ஐந்து தூண்களைக் கொண்ட மண்டபத்தின் விதானங்களிலும் சுவர்களிலும் அழகிய ஓவியங்கள் வரையபப்ட்டிருக்கின்றது. ஓவியத்தின் சாயலைக் கொண்டு எந்த காலத்து ஓவியம் என வரையரை செய்ய இயலவில்லை. ரெங்கநாதரை விபீடணன் பூஜை செய்யும் படம்,லிங்க வடிவான சிவனை பூஜிக்கும் பார்வதி,நவனீத க்ருஷ்ணன்,போன்ற மிகப்பெரிய ஓவியத் தொகுதிகளைக் காணமுடிகிறது. கதவுகள் அற்ற அந்த மண்டபத்தை தாண்டி முக மண்டபத்திற்குள் நுழைகிறோம். நீண்ட மண்டபம் குடையப்பட்ட குன்றின் நான்கு கால்கள் செதுக்கப்பட்ட நுழைவோடு முடிவடைகிறது.


## வலம்புரி விநாயகர்

அதனை அடுத்து குடைவரையின் உள்ளே நமக்கு இடது புறமாக அதாவது மேற்குச் சுவரில் கிழக்கு நோக்கியவாறு உள்ள அழகிய வலம்புரி விநாயகரை தரிசிக்கிறோம். பிள்ளையார் பட்டி விநாயகர் போல இதுவும் வலம்புரி விநாயகர்.வலது முன் கையில் மோதகம், பின்னங்கையில் மாம்பழம், முன் இடது கையில் உடைந்த தந்தம், பின் இடது கை சிதைக்கப்பட்டு இருக்கிறது அதில் என்ன பொருள் இருக்கிறது என கண்டறிய இயலவில்லை. துதிக்கை வலப்புறம் திரும்பி இருக்கிறது, அதில் ஒரு மோதகம் இருக்கிறது. யக்ஞோபவீதம் காணப்படவில்லை என்பது குறிப்பிடத்தக்கது. கொட்டாங்குச்சி சித்தர் வந்து இவ்விநாயகரை வழிபட்டதாகச் சொல்கிறார்கள். இந்தக் கோவிலில் பிரதானமாக சிவன் இருந்தாலும்

வலம்புரி விநாயகர் கோவில் என்றே மக்கள் அழைக்கிறார்கள். சதுர்த்தி நாளில் இவ்விநாயகப் பெருமானுக்கு மோதகம், எள் உருண்டை, பொறி, மாம்பழம், போன்றவைகளை படைத்து வழிபட்டால் நட்டத்தில் இயங்கும் வியாபாரம் லாபம் அடையும் என்கிற நம்பிக்கை இப்பகுதி மக்களுக்கு இருக்கிறது, தொடர்ந்து ஐந்து சங்கட ஹர சதுர்த்தி நாளில் இவ்விநாயகருக்கு அருகம்புல் மாலை சாற்றி வழிபட்டால் திருமணத் தடை உள்ளவரகளுக்கு திருமணம் நடை பெறும் என்ற நம்பிக்கையும் இப்பகுதி மக்களிடம் உள்ளது.

## திருவருட்காளீஸ்வரர்

விநாயகர் க்கு சற்று தள்ளி எதிர் திசையில் குடையப்பெற்றுள்ள குடைவரையில் தாய்ப் பாறையில் அறுகோண வடிவிலான ஆவுடையாரைக் கொண்டுள்ள லிங்கம் தாய்ப்பறையில் அற்புதமாக வட்டிக்கப்பட்டுள்ளது. அவர் தான் மூலவர். ஸ்ரீ அருட்காளீஸ்வரர். கல்வெட்டுக்களில் திருஒக்காலீஸ்வரர், திருஒக்காலீஸ்வரமுடையார் என குறிப்பிடப்படுவதோடு இக்கிராமத்தின் பெயரும் குலமங்கலம் என்றே குறிப்பிடப்பட்டுள்ளது. பிரதோஷ காலங்களில் ஈஸ்வரனுக்கு அபிஷேகம் அலங்காரம் இங்கு சிறப்பாக நடைபெற்று வருகிறது. சிவபெருமானுக்கு முன்புறம் உள்ள நந்தி மாற்று நந்தியாக இருக்கும் என வரலாற்று வல்லுனர்கள் கருதுகிறார்கள். ஏன் எனில் இங்கு தாய்ப்பாறையில் செதுக்கப்பட்ட நந்தி இடம் மாற்றம் செய்யப்பட்டு வேறு நந்தி இங்கு வைக்கப்பட்டுள்ளது. நந்தியின் கழுத்துப் பகுதியில் ஒரு பறவை கவ்விக்கொண்டு இருப்பது போன்ற தோற்றம் வேறுளங்கும் காண இயலாதது. லிங்கத்துக்கு ஏற்ற வகையில் கிட்டத்தட்ட அந்த உயரத்திற்கு இருக்கிறது நந்தி.

## ஜடாமுனி

நந்தியின் இடது புறம் வடக்குச் சுவரை ஒட்டி நீள் தாடியுடன் நிற்கும் "ஜடா முனி" நின்றகோலத்தில் காட்சி அளிக்கிறார்.

விழுப்புரம் மாவட்டத்தில் பல கோவில்களில் லகுலீசர் சிற்பத்தை ஜடாமுனி என்கிற பெயரில் வழிபட்டு வருகிறார்கள். புதுக்கோட்டை மாவட்டத்தில் தேவர் மலையில் லகுலீசர் சிற்பம் ஒன்று இருக்கிறது. இவைகள் எல்லாம் அடந்த தலை முடியுடன் அமர்ந்த நிலையில் உள்ள சிற்பங்கள். ஆனால் மலையக்கோவில் உள்ளே உள்ள ஜடா முனி சிற்பம் நின்ற கோலத்தில் இருக்கிறது. இடது கால் சற்று வளைத்து நிற்கும் ஜடாமுனியின் வலது கையில் சூலம் இருக்கிறது. முழங்கால் வரை ஆடை, தலையில் ஜடாமுடி பின்புறம் வரை நீண்டு இருக்கிறது. மரத்தால் ஆன காலணி, காதில் மகர குண்டலம், என அழகிய கலைப்படைப்பாக இருக்கிறது. ஜடாமுனி யை இப்பகுதி மக்கள் கண்கண்ட தெய்வமாக வழிபடுகின்றனர். குழந்தை வரம் வேண்டுபவர்கள் ஜடாமுனி யிடம் பிரார்த்தனை செய்து கொள்கின்றனர். வழக்கு, பில்லி, சூனியம், ஏவல், ஜாதக பரிகாரம், கிரக தோஷம், போன்றவைகளுக்காக பக்தர்கள் ஜடாமுனியிடம் வந்து வேண்டிக்கொண்டால் விரைந்து நல்ல தீர்வு கிடைக்கும் என்கிற நம்பிக்கை இப்பகுதி மக்களுக்கு இருக்கிறது.

ஜடாமுனி க்கு பித்தளை திருவாசி ஒன்று செய்யப்பட்டுள்ளது அதில் 16.7.1927 என்கிற தேதி குறிப்பிடப்பட்டுள்ளது. இந்த திருவாசி அல்லாமல் பாவைவிளக்கு மூன்று சிலைகள் கோவிலுக்கு உள்ளே இருக்கிறது. சில வரலாற்று வல்லுனரகள் ஜடாமுனி என குறிப்பிடாமல் ஜடாமுனிவர் என குறிப்பிடுகின்றனர். சிவனின் எதிரில் தியானத்தில் ஜடாமுனிவர் இருக்கிறார் என்கிறவர்களும் உண்டு. தமிழகத்தில் வேறு எங்கும் சிவன் கோவில்களில் இத்தகைய ஜடாமுனிவர் வழிபாடு காணப்படவில்லை என்பது குறிப்பிடத்தக்கது. அக்காலத்தில் கர்நாடகத்தில் செல்வாக்குப் பெற்றிருந்த காளாமுக சைவ சமய வழிபாடு இப்பகுதிகளில் பரவி இருந்திருக்கிறது. அருகே உள்ள கொடும்பாளூரில் காளாமுக சைவ வழிபாடு கி.பி 10 ஆம் நூற்றாண்டில் செழிப்புற்று இருந்ததற்கு ஆதாரங்கள் உள்ளன. எனவே அதற்கு முன்பாகவே கி.பி. 7 ஆம் நூற்றாண்டின் தொடக்கத்தில் அப்பர் திருஞான சம்மந்தர்

ஆகியோரின் முயற்சியால் சமண சமயம் வீழ்ச்சி அடைந்து சைவ பக்திநெறி வளர்ச்சி அடைந்த காலகட்டத்தில் கர்நாடக இசைமரபு சார்ந்த காளாமுக சைவ நெறி இப்பகுதியில் செல்வாக்குப் பெற்று அதனை வழிநடத்திய பல முனிவர்கள் இங்கு இருந்ததற்கான அடையாளம் தான் இக்கோவிலில் உள்ள ஜடாமுனிவர் சிலையும், பரிவாதினி வீணை கற்பது தொடர்பான கல்வெட்டுக்களும் என்பது ஒரு சாரார் கருத்து.

## ஸ்ரீவரமுடைய நாயனார்

### அது என்ன பரிவாதினி?

அதை அறிந்துகொள்வதற்கு நாம் இப்போதுள்ள ஸ்ரீ அருட்காளீஸ்வரர் குடைவரையை விட்டு வெளியே வந்து குன்றை வலமாகச் சுற்றி நேர் பின்புறம் உள்ள அழகிய குளக்கரைக்கு வர வேண்டும். அந்த வெட்ட வெளியில் எதிரே கிழக்கு நோக்கி உள்ள குன்றில் குடையப்பட்டுள்ள சிவனை நோக்கிய வாறு அமர்ந்திருக்கும் அழகிய நந்தியை தாண்டி குடைவரையை அடைந்தால் சிறிய குடைவரையையும் அதன் உள்ளே தாய்ப்பாறையில் செதுக்கப்பட்ட சிவ லிங்கத்தினையும் காண்கிறோம். யார் செதுக்கியது, எதற்காக செதுக்கினார்கள், இந்த இடத்தை ஏன் தேர்ந்தெடுத்தார்கள், என எந்த பதிலும் நமக்கு கிடைக்கவில்லை. ஆனால் எத்தனையோ நூற்றாண்டுகளுக்கு முன்னர் செதுக்கப்பட்ட இக்குடைவரையில் அருள்பாலிக்கும் ஈசனார்க்கு எதிரே நாம் நிற்கும் போது கால தேச உணர்வுகளைக் கடந்து மனம் ஒன்றிப் போகிறோம். எண்ணற்ற புதிர்களை தன்னுள்ளே கொண்டுள்ள பிரதேசம் இது. இக்குடைவரையின் இரண்டு பக்கங்களிலும் கல்வெட்டுக்கள். சிவனை நோக்கி நிற்கும் நமக்கு இடப்புறம் ஒரு கல்வெட்டு இது மிகப் பழைய கல்வெட்டு. பல்லவ கிரந்தம் மற்றும் தமிழில் வடிக்கப் பட்டுள்ளது. இதுதான் இன்றுவரை வாதப் பிரதிவாதங்களுக்கு இடம் கொடுத்து எந்த ஒரு முடிவுக்கும் யாராலும் வரமுடியாத வாறு வரலாற்று ஆய்வாளர்களையே திணறடித்துக்கொண்டு இருக்கும் "பரிவாதினி" கல்வெட்டு.

*"பரிவாதிநிதா"*

*"என்னே ப்ரமாணம்*

*செய்த வித்யா பரிவாதினி கற் [க]"*

*"கற்கப்படுவது காரண*

*ஞ்சொல்லிய் புகிற்பர்க்கும் திமி*

*மூக் கந்திருவத்துக்கும் உரித்து"*

இந்த ஏழு வரிகளுக்குள் தான் எத்தனை மர்மங்கள்? இதனை ஆய்வு செய்த வரலாற்று வல்லுனர்களுக்குள் இதில் சொல்லப்பட்ட கருத்தில் சிற்சில வேறுபாடுகள் இன்றளவும் காணப்படுகிறது. பரிவாதினி என்பது ஒரு வீணையின் பெயர். ஏழு தந்திகளைக் கொண்ட வீணை தான் பொதுவாக இருக்கும் இது எட்டு தந்திகளை கொண்ட வீணை. அதனை இசைப்பதற்கான பயிற்சிக்கான இடம் தொடர்பான கல்வெட்டு இது. இதில் முதல் வரியில் இருக்கும் "பரிவாதினிதா" என்னும் வரி பல்லவ கிரந்த வடிவில் எழுதப்பட்டுள்ளது. மிக அழகிய அளவெடுத்தாற்போன்ற எழுத்துக்கள் அவை. மற்ற எல்லா எழுத்துக்களை விட சற்றே பெரியது. தனித்துத் தெரிவதற்காக ஒரு சதுர வடிவ செதுக்கலில் தற்காலப் பெயர்ப்பலகை போல இது வடிவமைக்கப் பட்டுள்ளது. இந்த வரி மட்டும் பல்லவ கிரந்தத்திலும் ஏனைய வரிகள் தமிழிலும் ஏன் இருக்கிறது என்பதற்கான விடையை பல்லவ மன்னன் முதலாம் மகேந்திர வர்மனிடமிருந்து தேட வேண்டும். இந்த பரிவாதினி என்கிற எட்டு நரம்புகள் கொண்ட வீணை மகேந்திரவரமன் கண்டுபிடிப்பு எனவும் அதற்கான இசைக்குறிப்புகளை மாணாக்கர்களுக்கு கற்றுத்தருவதற்கான பள்ளியாக இப்பகுதி இருந்திருக்கின்றன. இதே போன்ற ஒரு கல்வெட்டு திருமெய்யத்திலும், குடுமியான் மலை கருவரை பக்கச் சுவற்றிலும் காணப்படுகிறது. குடுமியான் மலையில் மிக நீண்ட இசைக்குறிப்புகள் மலையிலேயே செதுக்கப்படுள்ளது. இவைகளுக்கு இடையேயான ஒரே தொடர்பு இசை மட்டுமே. அந்த இசை மிகக் கடினமான அதுவரை வழக்கத்தில் இல்லாத ஒன்றாக இருந்திருக்க வேண்டும். இந்த இசைக்குறிப்புகளின் வழியே என்ன சொல்லப்பட்டு

இருக்கின்றது என்று எவரும் இதுவரை கண்டுபிடிக்கவில்லை என்பது தான் ஆச்சரியமளிக்கக் கூடிய உண்மை.

நாம் குடைவரை நோக்கி நிற்கும் போது நமக்கு வலது புறம் உள்ள பாறையில் உள்ளகல்வெட்டு இருபத்து ஒன்பது வரிகள் கொண்டதாக இருக்கிறது. சடையவர்மன் குலசேகர பாண்டியரின் மூன்றாம் ஆண்டு கல்வெட்டு இது. கோவில் நிலம், வரிகள் தொடர்பான செய்தியை கொண்டுள்ளது இக்கல்வெட்டு. இந்த கல்வெட்டில் தான் இக்குடைவரை யில் உள்ள இறைவன் விருதராஜபயங்கர வள நாட்டிலுள்ள "ஸ்ரீவரமுடைய நாயனார்" என குறிப்பிடப்பட்டுள்ளது.

## அம்மன்: அறம் வளர்த்த நாயகி

இரண்டு குடைவரைகளையும் தரிசித்துவிட்டு வடதிசை நோக்கி இருக்கும் அம்மன் சன்னதிக்கு வருகிறோம். சற்றே உயரமான கட்டுமானம். பிற்காலத்தில் கட்டப்பட்ட அம்மன் கோவில் இது. அம்பாள் பெயர்அறம் வளர்த்த நாயகி, தர்மசம்வர்த்தனி. திருவக்கரை வக்கிர காளியம்மன், உறையூர் வெக்காளி அம்மன் போன்ற வடக்கு நோக்கிய அம்மன் விசேஷ சக்தியை கொண்டிருப்பார்கள். அதுபோல இங்கு தர்மசம்வர்த்தனியும் வடக்கு நோக்கி காட்சி அளிக்கிறாள். வெள்ளிக்கிழமைகளில் அம்மனுக்கு நெய் தீபம் ஏற்றி வழிபடும் வழக்கம் இங்கு உள்ளது.

## வள்ளி தேவயானை சமேத சுப்ரமண்யர்

அம்மன் சன்னதியிலிருந்து மலை மேலே உள்ள சுப்ரமண்ய ஸ்வாமி கோவிலுக்கு ஏறிச் செல்ல குறுகிய படி வசதி செய்யப்பட்டுள்ளது. அதன் அருகிலேயே இந்த படியினை வெட்டுவித்தவரின் விவரம் கல்வெட்டாகப் பொறிக்கப்பட்டுள்ளது. செம்டம்பர் மாதம் என்கிற ஆங்கில வார்த்தைகளை உள்ளடக்கிய கல்வெட்டு இது. எனவே இது மிக பிற்காலத்தியக் கல்வெட்டு. மலையில் ஏறுவதற்கு இந்த படிக்கட்டு அல்லாமல் பின் பக்கம் சரிவான சாரப்பதை என்னும் நடைபாதையும் அமைக்கப்பட்டுள்ளது. மலை மேலே இடும்பன்

கோவில் முதலில் வருகிறது. இடும்பன் கோவிலையும் முருகன் கோவிலையும் பிரிக்குமாறு குறுக்குச் சுவர் கட்டப்பட்டு இருக்கிறது. இடும்பன் கோவிலை தரிசித்துவிட்டு முருகன் கோவிலுக்குள் நுழையும் போது தான் இவ்வளவு பெரிய இடம் இந்த மலை மீது இருக்கிறதா? என ஆச்சர்யம் அடைகிறோம். கீழிருந்து பார்க்கும் போது இவ்வளவு பெரிய சமபரப்பு மலை மீது இருப்பதாகத் தெரியவே தெரியாது. முருகன் கோவிலை சுற்றிவர அகண்ட பிரகாரம்,இருக்கிறது. பிரகாரத்திலேயே கொடிமரம் இருக்கிறது. இடது புறம் ஒரு கதவிடப்பட்ட சுனை படிகள் வைத்து அகன்ற கிணறு போல காட்சிஅளிக்கிறது, இதன் பெயர் சரவணப் பொய்கை இதிலிருந்து தான் முருகனுக்கு அன்றாடம் அபிஷேகத்திற்கு நீர் எடுக்கிறார்கள். வள்ளி தெய்வயானை சமேதராக காட்சிதரும் முருகனை தரிசித்து விட்டு சரவணப் பொய்கை தீர்த்தத்தை பெற்று அருந்தினால் தீராத வியாதிகள் தீரும் என்பது பக்தர்களின் நம்பிக்கை. மலை மீது இருந்து எந்த திசை நோக்கினாலும் அழகிய நிலப்பரப்பைக் காணமுடிகிறது. தைப்பூசத் திருவிழா இக்கோவிலில் மிகப் பிரசித்தம். அன்றைய தினம் அன்னதானம் இங்கு வெகு சிறப்பாக நடைபெறும். "மலையக்கோவிலில் வடிச்சுப் போடுவது போல" என்கிற உதாரணம் இந்தப் பகுதியில் வழக்கத்தில் உள்ளது. அன்றைய தினம் பல ஊர்களில் இருந்து வண்டி கட்டிக்கொண்டு குடும்பத்துடன் வந்து சாமி தரிசனம் செய்து, காவடி, பால்குடம், எடுத்துச் செல்கின்றனர், இம்மலையை சுற்றி தற்போது இடிந்து போய் இருக்கும் பல பிரம்மாண்டமான சத்திரங்களின் இடிபாடுகளில் இருந்து இங்கு மிகப்பெரிய அளவிற்கு அன்னதானம் நடைபெற்று இருந்தது என்று தெரியவருகிறது.

இக்கோவிலில் குடைவரைக்கு உள்ளே தட்சிணாமூர்த்தி, சண்டிகேஸ்வரர், ஆகிய தெய்வங்கள் ஒரே இடத்தில் தெற்கு நோக்கியவாறு இருக்கிறது. பைரவர், நவகிரகங்கள் முன் மண்டபத்தில் உள்ளது. நவக்கிரகத்திற்கு அடுத்து உள்ள பாறையில் உயரம் குறைந்த அளவிற்கு தாய்ப்பாறையில் குடையப்பெற்ற லிங்கத்திருமேனி ஒன்று உள்ளது. இதனை மலைக்கொழுந்தீஸ்வரர் என அழைக்கின்றனர்.

கோவிலுக்கான தலவரலாற்று புத்தகம் எதுவும் இல்லை. கோவில் குருக்கள் விளக்கமாக கோவில் பற்றிய கதைகளை சொல்கிறார். பெரும்பாலும் அவைகள் தலபுராணங்கள் போல கதைகளாகவே இருக்கிறது. குளத்தின் கரையில் அமர்ந்திருந்த ஒரு பெரியவரிடம் பேச்சுக் கொடுத்தபோது இவ்விரண்டு குடைவரை பற்றி இப்பகுதியில் வழங்கிவரும் கதை ஒன்று சொன்னார். ஒரு காலத்தில் அண்ணன் தம்பி இருவர்களுக்குள் போட்டி வைக்கப்பட்டது. ஒரே நாள் இரவில் துவங்கி விடிவதற்குள் இந்த மலையில் குகையினை செதுக்கி அதில் லிங்கத்தையும் செதுக்க வேண்டும் என்று போட்டி. அண்ணன் முதலில் பெரிய குடைவரையை செதுக்கியபின் விடிவதற்கு இன்னும் நேரம் இருந்ததால் பிள்ளையார் சிற்பத்தையும் செதுக்கினார் எனவும் தம்பி சிறிய குடைவரை செதுக்கி அதன்பின் விநாயகர் செதுக்குவதற்குள் விடிந்து விட்ட காரணத்தால் பாதியிலேயே நிறுத்தி விட்டார் என மலையின் ஒருபகுதியில் பாதியாக செதுக்கி கைவிடப்பட்ட ஒரு இடத்தைக் காட்டிச் சொன்னார். இந்தக் கதையை உங்களுக்கு யார் சொன்னார்கள் என்று கேட்டதற்கு நான் சின்ன புள்ளையா இருந்தபோதே பெரியவர்கள் சொல்லி இருக்காங்க என்றார். உண்மையில் சின்ன புள்ளைகளுக்காக சொல்லப்பட்ட கதையாகத்தான் இருக்க வேண்டும். இருந்தாலும் சுவாரஸ்யமான கதை.

மொத்தத்தில் கோவில் வளாகத்தினை விட்டு வருவதற்கு நமக்கு மனம் வரவில்லை. அழகிய நீர்நிலைகள் சூழ்ந்த குன்று, அதில் ஆயிரமாண்டுகளுக்கு மேலாக கோவில் கொண்டுள்ள ஈசன், வலம்புரி விநாயகர், ஜடாமுனிவர், மலைக்கொழுந்தீஸ்வரர், மலை மீது வள்ளி தெய்வயானையுடன் கூடிய முருகன் என மனமெல்லாம் நிறைந்து விடுகிறது. வாழ்வில் ஒருமுறையாவது இக்கோவிலுக்குச் சென்று வருபவர்கள் புதிய அனுபவத்தையும் வாழ்வில் புதிய மாற்றத்தையும் உணரலாம்

## வழி:

புதுக்கோட்டை பொன்னமராவதி சாலையில் நச்சாந்துப்பட்டி தாண்டியதும் மலையக்கோவில் விலக்கிலிருந்து 2 கி.மீ தூரத்தில் உள்ளது. புதுக்கோட்டையில் இருந்து மலையக்கோவிலுக்கு நேரடி பேருந்து செல்கிறது.

திறந்திருக்கும் நேரம் :

காலை 7.00 முதல் மதியம் 12.00 வரை

மாலை 4.00 முதல் 7.00 வரை

## வழி:

புதுக்கோட்டை பொன்னமராவதி சாலையில் நச்சாந்துப்பட்டி தாண்டியதும் மலையக்கோவில் விலக்கிலிருந்து 2 கி.மீ தூரத்தில் உள்ளது. புதுக்கோட்டையில் இருந்து மலையக்கோவிலுக்கு நேரடி பேருந்து செல்கிறது.

# 5

# சுவாமிமலை ஐம்பொன் சிலைகள்

கல்லுக்குள் தேரைக்கும் கருப்பை உயிருக்கும் புல்லுணவு தந்துதவும் இறைவனைதன் விரல்களால் உருவாக்கி சிலைக்குள் கொண்டுவரும் கலையை கற்றுணர்ந்தவர்கள் தமிழர்கள். படிமக்கலை என்று பொதுவாக அழைக்கப்படும் இக்கலை எப்போதில் இருந்து தமிழகத்தில் தோன்றியது என்பது துல்லியமாக இதுவரை அறிய இயலவில்லை. இதுவரை கிடைத்துள்ள தரவுகளின் படி ஆதிச்ச நல்லூரில் கி.மு 7 ஆம் நூற்றாண்டினைச் சேர்ந்த செப்புப்படிமம் தாய் தெய்வ உருவில் கிடைத்துள்ளது.

இலக்கிய ஆதாரம் எனில் சங்ககாலத்தில் இருந்தே உலோகத்தில் சிலை செய்யும் கலை பற்றிய செய்திகள் கிடைக்கிறது. அரசரின் ஆணையை மீறியவர் தன் எடைக்கு நிகரான பொன்னால் செய்யப்பட்ட பாவையை தண்டனையாகப் பெறும் பழக்கம் பற்றி குறுந்தொகையில் ஒரு பாடல் கூறுகிறது. சோழர்கள் கால தஞ்சை கல்வெட்டுக்களில் உலோக சிலைகளின் அளவுகள், எடை, போன்ற துல்லியமான விவரங்கள் தெரிய வருகிறது.

கோவில்களில் மூலவரின் பிரதியாக உற்சவர் ஆராதனை என்கிற முறை உருவானபோது இத்தகைய உலோகச்சிலைகளின் பயன்பாடு அதிகரித்தது. வீதி உலா வரும் தெய்வ வடிவங்களுக்காக துவக்கத்தில் துவங்கிய இக்கலை பின்னர் இறை வாகனங்கள், அரசர்கள், அரசிகள், பாவை விளக்குகள் என விரிவடைந்துள்ளது. பின்னர் வீடுகளில் பயன்படுத்த சிறு விக்கிரஹங்களும் செய்யப்பட்டது.

பஞ்சலோக சிலைகள் உற்பத்தி தமிழகத்தில் சுவாமிமலையை சுற்றி உள்ள பகுதிகளில் மிகச் சிறப்பாக நடைபெற்று வருகிறது. குடிசைத் தொழிலாகவும், பெரும் தொழிற்சாலை யாகவும், பூம்புகார் போன்ற அரசு நிறுவனம் மூலமாகவும், உற்பத்தி செய்யப்படும் சிலைகள் உள்நாட்டிலும், வெளிநாட்டிலும், பிரபலமாக விற்பனை ஆகிவருகிறது. காலம் காலமாக இச்சிலை வடிப்புக் கலை சுவாமிமலை பகுதிகளில் பல தலைமுறையாக தொடர்பு அறுந்து போகாமல் தொடர்ந்து வருகிறது.

தமிழகத்தின் பிறபகுதிகளில் இத்தொழில் அதிகமாக இல்லாமல் இப்பகுதிகளில் மட்டும் இருப்பதற்கு பல்வேறு காரணங்கள் சொல்லப்படுகிறது. பல்லவர்கள் காலம் தொட்டே பஞ்சலோக சிலை உற்பத்தி இருந்தாலும், தஞ்சையை தலைநகராகக்கொண்டு ஆட்சி செய்த சோழ சாம்ராஜ்யத்தில் தான் இக்கைவினைத்தொழில் சிறந்து விளங்கியது. தற்போது காணப்படும் செப்புச்சிலைகளைக் கொண்டு சோழர் கால கலைப்பாணியை மூன்று விதமாக வரலாற்று ஆசிரியர்கள் பகுக்கிறார்கள். ஆதித்தியன் கலைப்பாணி, செம்பியன் மாதேவி கலைப்பாணி, முதலாம் ராஜராஜன் கலைப்பாணி என சிலைகளின் கலை நயம் மற்றும் காலத்தை வைத்து இவைகள் கருதப்படுகிறன. இவைகளுள் குறிப்பாக செம்பியன் மாதேவி அவர்களின் காலத்தில் இக்கலை மிகவும் செழித்து இருந்ததற்கு ஆதாரமாக இப்போது தஞ்சைப் பகுதி பல கோவில்களில் எழில் கொஞ்சும் செப்புத்திருமேனிகளைக் காணலாம். அக் காலத்தில் இருந்து வாழையடி வாழையாக கோவில் சார்ந்த இத் தொழில் இன்றும் தொடர்ந்து வருகிறது.இங்கு தொழில் கற்றுக்கொண்டு பல இடங்களுக்குச் சென்றவர்கள் தமிழகத்தின் பிற பகுதிகளிலும் ஆங்காங்கே உலோகச் சிற்பங்களை செய்து வருகிறார்கள்.தற்போது சுவாமிமலையைச் சுற்றி உள்ள பகுதிகளில் மட்டும் அறுநூற்றுக்கும் மேற்பட்ட குடும்பங்கள் இத்தொழிலில் ஈடுபட்டு வருகிறார்கள்.

உலோக வார்ப்புக்கு ஏற்ற அச்சுக்கள் செய்ய ஏற்ற வண்டல்மண் இப்பகுதியில் உள்ள ஆற்றுப் படுகைகளில் மட்டுமே பிரத்யேகமாகக் கிடைப்பதும் இத் தொழில் இங்கு வளரக் காரணம். மூங்கில் நிறைந்த

காவிரி ஆற்றின் ஓரங்களில் இருந்து இத்தகைய களிமண் சேகரிக்கப் படுகிறது. இங்கு கிடைக்கும் வண்டல்மண் களிப்பாக களிமண் போல மட்டும் இருப்பதில்லை மாறாக, மிகவும் களிப்பாகவோ அல்லது மிகவும் மிருதுவாகவோ இல்லாமல் பிடித்தால் பிடிக்கவும் உதிர்த்தால் உதிரவும் கூடிய பக்குவம் கொண்டதாக இருக்கிறது.

ஐம்பொன் என்றால் ஐந்து உலோகம் என்று பொருள். செம்பு, வெள்ளி, தங்கம், துத்தம், ஈயம் ஆகியவைகள் உரிய விகிதாசாரத்தில் சேர்ந்தது தான் ஐம்பொன். "பொன்" என்பதன் பொருளே "உலோகம்" தான். திருவள்ளுவர் தூண்டில் மூள்ளை கூட "தூண்டிற்பொன்" என்றே திருக் குறளில் குறிப்பிடுகிறார். இப்போது செய்யப்படும் சிலைகளில் தங்கம், வெள்ளி ஆகியவை கலக்கப்படுவதில்லை. கோவில் உற்சவர் அல்லது வீடு, மடம் போன்றவைகளுக்கான பிரத்யேகமாகச் செய்யப்படும் சிலைகளில் செய்யச் சொல்பவர்கள் விருப்பம் போல அவர்கள் கொடுத்தால் தங்கம் வெள்ளி ஆகியவைகள் சேர்க்கப்படுவதுண்டு.

சிலைக்கான அச்சு பிரத்யேகமான மெழுகினால் செய்யப்படுகிறது. அம்மெழுகினை பென்சில் போல மெலிதாகவும் உருட்டலாம் அழகான சிலை வடிவமும் செய்யலாம், சாம்பிராணி போன்ற ஒருவித மரத்தின் பிசின் தான் இந்த மெழுகு. கேரள தேசத்தில் கிடைக்கிறது. இதனுடன் குங்கிலியம், அரக்கு, மெழுகு மற்றும் ஒருவித எண்ணெய் கொண்டு இம்மெழுகு தயாரிக்கப்படுகிறது. இந்த மெழுகினைக் கொண்டு முழுக்க முழுக்க கைகளால் கலைஞனின் கற்பனை கலந்து மாதிரி சிலை உருவாக்கப்படுகிறது. இதனை கரு என அழைக்கிறார்கள். பெயர்க்காரணம் மிகப் பொருத்தமாகத் தான் இருக்கிறது. அதன் பிறகு வண்டல் மண் கொண்டு மாதிரி சிலையை வைத்து அச்சு(மோல்டு) தயாரிக்கப் படுகிறது. தயாரிக்கப்பட்ட மோல்டின் அடி பாகத்தில் துளையிட்டு தலைகீழாக பள்ளத்தில் வைத்து சூடேற்ற மெழுகு உருகி உள்ளேகூடு மட்டும் நிற்கும்.. பின்னர் காலியான அச்சுக் குடுவைக்குள் உருக்கப்பட்ட உலோகக் குழம்பினை ஊற்றி அச்சு நிரப்பப் படுகிறது. தேவையான குளிர்தலுக்குப் பின் மேல் வண்டல்மண் சுத்தியல் கொண்டு

உடைக்கப்பட்டு சிலை தனியே பிரித்து எடுக்கப்படுகிறது. இதன் பின் மெருகேற்றுதல், நாகாஸ் வேலை, கண் திறத்தல் போன்ற பணிகள் மேற்கொள்ளப் படுகின்றது. ஒருமுறை உருவாக்கிய மெழுகு மோல்டு, மண் அச்சு ஆகியவைகள் அடுத்த முறை பயன்படுத்த இயலாது. ஒரே மாதிரியான பல சிலைகள் செய்வதற்கு நவீன உத்திகள் கடைபிடிக்கப் படுகிறது அதற்கு கூடுதல் செலவு ஆகிறது.

மெழுகு பிடித்தல், கருக் கட்டுதல், வார்த்தல், ராவிச் சீவுதல், தீர்மானம் செய்தல் என ஐந்து வகையான தொழிலைச் செய்யும் தொழிளாளர்கள் ஒன்றினைந்து செயல்படவேண்டிய தொழிலாக இது இருக்கிறது.

பெரும்பாலும் ஆர்டரின் பேரிலேயே இத்தகைய சிலைகள் உருவாக்கப் படுகிறது. உற்பத்தி செய்து வியாபாரம் ஆகாத சிலைகள் பலவும் பட்டறைகளில் வரிசைப் படுத்தி வைக்கப்பட்டிருப்பது தான் காரணம். உதாரணமாக ஏற்றுமதி விதிகளுக்கு சற்று கூடுதலான எடைகொண்ட தால் வாங்கப்படாத நடராஜர் சிலை ஒன்றினைப் பார்த்தோம். மக்களிடம் உள்ள நம்பிக்கைகளின் காரணமாகவும் சில சிலைகள் விற்பனை ஆகாமல் உள்ளது. குழல் ஊதும் கண்ணன், தலைக்கு மேல் வேல் உள்ள முருகன், போன்ற சிலைகள் போன்றவற்றை ஒரு சிலர் வாங்குவதில்லை. அதனை ஒரு கலைவடிவமாகப் பார்க்கும் மனோபாவம் வளரவேண்டும். புதிதாக துவக்கப்படும் கோவில்களில் சிலை ஆர்டர் செய்த பின்பு பல்வேறு காரணங்களால் சிலையினை வந்து வாங்கிச் செல்லாமல் இருக்கும் நிகழ்வுகளும் உண்டு. முன்பணம் மட்டும் பெற்றுக்கொண்டு செய்யப்பட்ட அச்சிலைகள் இன்னும் பட்டறைகளின் அலமாரிகளை அலங்கரித்த வண்ணம் இருக்கிறது. இது போல மிக அதிக பொருட் செலவில் உருவாக்கப்படும் சிலைகள் வியாபாரம் ஆகாமல் தேங்கும் போது பெரிய அளவில் பணமுடை ஏற்பட்டுவிடுகிறது. சிலைகள் கெட்டுப் போய்விடாது, என்றாவது ஒருநாள் அன்றைய விலைக்கு விலை போகும் தான் ஆனால் பட்டறையாளரின் தற்போதைய தேவை தீராது என்பது நிஜம்.

ஒருநாள் கூலியாக தொழிலாளர்களுக்கு குறைந்த பட்சம் 600 வழங்கப்படுகிறது. ஐந்து அடிக்கு மேலான நடராஜர், கணபதி, போன்ற சிலைகள் பெரிய நட்சத்திர ஓட்டல்களின் வரவேற்பரையில் வைப்பதற்கு வாங்கப்படுகிறது. வீடுகளில் சிறிய அளவிலான சிலைகள் வாங்கப்படுகிறது. கோவில்களுக்கு தேவையான சிலைகள் அரை அடியில் இருந்து பல்வேறு உயரங்களில் ஆர்டர் கொடுத்து செய்யப்படுகிறது.

சிலைகளுக்குத் தேவையான கச்சாப்பொருள் கன்மெட்டல் என்னும் துப்பாக்கி உலோகம். செம்பு, வெள்ளியம், துத்தநாகம், சேர்ந்த கலவை யான (கேட் வல்வு போன்ற) கழிக்கப்பட்ட பொருட்களை வாங்கி அதனை உருக்கியே இப்போது செய்யப்பட்டு வருகிறது.

இந்த உலோகத்தினை உருக்க பயன்படுத்தும் உலைக்கு மூசை என்று பெயர். உருக்கப் பயன்படும் கலன் ஆந்திராவிலிருந்து வரவழைக்கப் படுகிறது.கோக் எனப்படும் ஒருவகை கரியினைக் கொண்டு உலை எரிக்கப்படுகிறது. சாதாரண அடுப்புக் கரியினை விட விலை கூடுதலான கரி கோக்.சாதாரண கரி யின் விலையை விட ஒரு மடங்கு கூடுதல் விலையாக இருக்கிறது இத்தகய கோக் கரி. அப்படி என்ன இதில் சிறப்பு எனில் "அனல் நிற்கும்" என்கிறார்கள். மிக அதிக கொதி நிலையில் உலோகத்தினை உருக்க இத்தகைய கோக் பயன்படுகிறது. கொள்ளிடத்திற்கு மறுபுறம் உள்ள "காசான்" எனப்படும் ஒருவகை மரத்திலிருந்து இவ்வுலைக்குத் தேவையான கரி முன்பு எடுக்கப்பட்டு வந்தது. அத்தகைய மரம் நிறைந்த வனப்பகுதிக்கு "காசாங்காடு" என்கிற பெயர் இருந்தது. கொஞ்சம் கொஞ்சமாக அத்தகைய காடுகள் அழிக்கப்பட்டு இப்போது காசான் மரத்தை பார்ப்பதே அபூர்வமாகிவிட்டது.காசான் காட்டின் உள்ளே போனால் வெளியே வரமுடியாத அளவிற்கு கொடி பின்னி பின்னிப் போகும் மரம் அது என்கிறார்கள்.

கலை என்பதே கற்பனையின் வடிவம் தான் இத்தகைய கற்பனைக்கு பின்நாட்களில் இலக்கணம் படைக்கப்பட்டது. சிற்பசாஸ்த்திரம் இத்தகைய இலக்கணங்களை விவரித்துக் கூறுகிறது.

தமிழ் மொழியில் இயற்றப்பட்ட சிற்ப சாஸ்த்திரம் இதுவரை கிடைக்கவே யில்லை.கல்லால் செய்யப்படும் சிற்பத்துக்கும் உலோகத்தினால் செய்யப்படும் சிற்பத்துக்கும் வேறு பாடு உள்ளது. வைக்க வேண்டிய இடத்திற்கு ஏற்றவாறு வடிக்கப்பட வேண்டியது கற்சிலை. ஆனால் வடிக்கப்பட்ட சிலைக்கு ஏற்றவாறு தான் இடத்தை அமைத்துக்கொள்ள வேண்டும் உலோகச்சிலைக்கு.

பல்வேறு காரணங்களால் இத்தொழில் அடுத்த தலைமுறைக்கு கடத்தப்படுவதில் சிக்கல்கள் இப்போது இருந்து வருகிறது. இத்தொழில் செய்துவரும் குடும்பத்தில் இருந்து வரும் சில படித்த இளைஞர்கள் கரியிலும் புகையிலும் கிடந்து இத்தொழிலைச் செய்ய முன்வருவதில்லை, படிப்புக்கு ஏற்ற வேலைக்குச் சென்று விடுகிறார்கள்.சில குடும்பங்களில் அப்படி அடுத்த தலைமுறை தொடராமல் பட்டறையை மூடிய வரலாறும் இங்கே கேட்கக் கிடைக்கிறது.

செய்யப்படும் எல்லா சிலைகளுமே சிற்ப சாஸ்த்திரங்கள் அறிந்தவர்கள் செய்வதா? என்றால் இல்லை என்றுதான் பதில் வருகிறது. அனுபவத்தின் அடிப்படையிலும், பூம்புகார் போன்ற அரசு நிறுவனங்களின் பயிற்சி மூலமும் கற்றுக்கொண்டவர்கள் தான் இப்போது இத்தொழிலை செய்து வருகிறார்கள். அனுபவத்தின் அடிப்படையில் ஒரு சிலைக்கு தலை, உடல், இடுப்புக்கு கீழ்பகுதி, எத்தனை அளவு இருக்க வேண்டும் என்பதெல்லாம் இவர்களுக்கு அத்துப்படி. எந்த தெய்வ உருவத்துக்கு என்ன மாதிரியான ஆடை, என்னென்ன ஆயுதங்கள், கிரீடம் எவ்வாறு இருக்க வேண்டும்,திருவாசியின் அளவு எவ்வளவு, பீடத்தின் அளவு எவ்வளவு, அரசன் என்றால் முடி எவ்வாறு இருக்க வேண்டும், இறைவன் என்றால் முடி எவ்வாறு இருக்க வேண்டும், என ஒவ்வொன்றையும் அனுபவத்தின் மூலமாக இவர்கள் தெரிந்து வைத்திருக்கிறார்கள்.

தேனும்,பாலும், நெய்யும்,திரவியங்களும் கொட்டி அபிஷேகம் செய்யப்படும் கோவில் சிலைகள் இத்தகைய பட்டறை எனப்படும்

கொட்டகைகளில் கரிக்கும், புகைக்கும் நடுவே தான் உருவாகின்றன என்பது ஆச்சர்யமான உண்மை.

சுவாமிமலைக்குச் செல்பவர்கள் முருகப்பெருமானை வணங்குவதோடு தெருவுக்கு ஒன்றாவது இருக்கும் இத்தகைய பட்டறை என்னும் "கடவுளர் உருவாகும் கருவறை"களையும் சென்று பார்த்து வாருங்கள்.

48 | கோவில் தேட்டம்

கொட்டகைகளில் கரிக்கும், புகைக்கும் நடுவே தான் உருவாகின்றன என்பது ஆச்சர்யமான உண்மை.

சுவாமிமலைக்குச் செல்பவர்கள் முருகப்பெருமானை வணங்குவதோடு தெருவுக்கு ஒன்றாவது இருக்கும் இத்தகைய பட்டறை என்னும் "கடவுளர் உருவாகும் கருவறை"களையும் சென்று பார்த்து வாருங்கள்.

# 6

## தேவர் மலை - குடைவரை

புதுக்கோட்டை மாவட்டத்தில் உள்ள தேவர்மலைக் குடைவரைக் கோவிலையும் அறுபத்து மூவர்களில் ஒருவரான பெருமிழலைக் குறும்ப நாயனாரின் ஜீவசமாதியையும் தரிசித்து வருவது தான் எங்கள் பயணத்தின் நோக்கம்.

தார்ச்சாலையை விட்டு இறங்கி தைல மரக் காட்டுக்குள் குண்டும் குழியுமான மண் சாலையில் பயணம் மேற்கொண்டோம். மழை தூறிக்கொண்டு இருந்தது. நேற்று பெய்த மழையின் காரணமாக ஆங்காங்கே சேரும் சகதியுமான இடத்தை தாண்டித்தான் ஜாக்கிரதையாக கடந்து போக வேண்டியிருந்தது. வாகனம் சேற்றில் மாட்டிக்கொண்டால் உதவிக்கு கூப்பிடக் கூட ஆள் இல்லாத இடம் அது.

கொஞ்ச தூரம் போனவுடன் நாம் போகும் பாதை சரிதானா என்கிற சந்தேகமும் பயமும் ஏற்பட்டது.உடன் வந்த நண்பர் சார் இது சரியான வழியா தெரியலை திரும்பிடுவோமா என்றார். நானும் கிட்டத்தட்ட அந்த முடிவுக்கு வந்திருந்தேன். திரும்பிடலாமா? என்றேன் ஓட்டுநரிடம். சார் இங்க திரும்ப முடியாது பாதை குறுகலாக இருக்கிறது. கொஞ்ச தூரம் போய் ஏதேனும் இடம் கிடைக்குதா பார்ப்போம் என்றார்.

பொதுவாக இதுபோன்ற தேடல் அனுபவங்களில் எப்போதும் எனக்கு கைகொடுப்பது ஆங்காங்கு கால்நடை மேய்ப்பவர்களின் உதவிதான். இந்தப் பாதையில் அப்படியான மேய்ப்பர்கள்

யாரையும் காணவில்லை. வாகனத்தை திருப்புவதற்கான இடம் தேடிக்கொண்டு போய்க் கொண்டிருந்த போது இடப்புறம் தரையில் சாய்ந்து கிடந்த அந்த தகவல் பலகையை கண்டதும் மகிழ்ச்சி கூடியது. நம் முயற்சி வீணாகவில்லை என்கிற சந்தோஷமும் கூட சேர்ந்து கொண்டது.

"பெருமிழலைக் குறும்ப நாயனார் கோவிலுக்குச் செல்லும் வழி" வெள்ளை நிற பலகையில் சிவப்பு நிறத்தில் எழுதப்பட்டு ஆங்காங்கே சாயம் போன தகவல் பலகை கீழே விழுந்து கிடந்தது.

உண்மையில் அது பெருமிழலைக் குறும்ப நாயனார் கோவில் அல்ல எட்டாம் நூற்றாண்டில் பாறையைக் குடைந்து அமைக்கப்பட்ட சிவன் கோவில். அதன் அருகில் தான் அறுபத்து மூன்று நாயன்மார்களில் ஒருவரான "பெருமிழலை குறும்ப நாயனார் ரின் ஜீவ சமாதி உள்ளது.

பெருமிழலை என்பது எந்த இடம் என்பதில் வரலாற்று ஆய்வாளர்களுக்குள் கருத்து வேறுபாடு உள்ளது. "நீடு மிழலைக் குறும்பனார்" என்று சேக்கிழார் பெருமான் பெரியபுராணத்தில் குறிப்பிடும் "மிழலை" புதுக்கோட்டை மாவட்டம் பேரையூருக்கு அருகில் வெள்ளாற்றின் தென்கரையில் இருக்கும் இவ்விடமே என பெரும்பான்மையான அறிஞர்களால் ஏற்றுக்கொள்ளப்பட்டுள்ளது. அதைத் தேடிச் சென்ற பயணம் தான் இது.

பெருமிழலைக் குறும்பனாரின் வரலாற்றை முதலில் பார்ப்போம். இவர் பற்றிய வரலாற்றுக்கு ஆதாரமாக திருத்தொண்டர்த் தொகை, திருத்தொண்டர் புராணம் என்னும் பெரியபுராணம், மற்றும் செவி வழிக்கதைகளைக் கொள்ளலாம்.

சோழநாட்டின் உள்நாடாகிய மிழலை என்னும் குறுநாட்டில் பெருமிழலை என்னும் ஊரின் தலைவராய் இருந்தவர் மிழலைக்குறும்பனார். இவர் சிவனடியார்கான திருப்பணிகளை யே தன் தலையாய கடமையாக செய்து வந்தார். அடியவர்களின் திருவடிகளை நெஞ்சத்தாமரையில் வைத்து வழிபாடு செய்து,

ஐந்தெழுத்து மந்திரத்தை இடையறாது உச்சரிக்கும் பக்தர். ஒருநாள் சுந்தரரின் பெருமையைக் கேள்வியுற்றார் பெருமிழலைக் குறும்பர். அதிலிருந்து சுந்தரரை மனதால் தொழுது, அவருடைய திருவடிகளை நினைந்து போற்றுதலை தனது தலையாயக் கடமையாகக் கொண்டார்.

நம்பியாரூரர் திருவடிகளைக் தொழுவதன் மூலமாக சிவபெருமான் திருவடிகளை அடைவதற்குரிய வழி கிடைக்கும் என மனதார நம்பினார். நம்பியாரூரர் திருப்பெயரினை நாளும் நவின்ற காரணத்தினாலும், ஐந்தெழுத்து மந்திரத்தை இடையறாது ஜெபித்த காரணத்தினாலும் அணிமா முதலிய அட்டமா (எட்டுவிதமான) சித்திகளும் கைவரப்பெற்றார்.

அது என்ன அட்டமா சித்தி?

1.   *அணிமா - மிகப் பெரியதாய ஒன்றை அணுவாக்குதல்.*

2.   *மகிமா - மிகச் சிறியதாகிய ஒன்றை மிகப் பெரிதாக் குதல்.*

3.   *லகிமா - எடுப்பதற்குக் கனமாக இருப்பதொன்றை எளிதாக் குதல் (இலகுவாக்குதல்).*

4.   *கரிமா - எடுப்பதற்கு மிக எளிதாக இருப்ப தொன்றை மிகப்பளுவாக்குதல்.*

5.   *பிராப்தி - வேண்டுவன அடைதல்.*

6.   *பிராகாமியம் - விரும்பியவாறு நுகர்தல்.*

7.   *ஈசத்துவம் - யாவரையும் ஆட்சி கொள்ளுதல்.*

8.   *வசித்துவம் - எவற்றையும் தன்வயமாக்குதல்.*

இப்படிப்பட்ட சித்துக்களை கைவரப்பெற்ற பெருமிழலைக்குறும்பர் ஒருநாள் தன்னுடைய ஞான சக்தியால் சுந்தரமூர்த்தி நாயனார் திருவஞ்சைக் களத்திற்குச் சென்று திருப்பதிகம் பாடி சிவபெருமான் அருளால் வடகயிலை அடையும் பேறு நாளை கிடைக்க

இருப்பதனைத் தம்முடைய ஊரில் இருந்து கொண்டே யோகக் காட்சியால் அறிந்து கொண்டார்.

சுந்தரரைப் பிரிந்து கண்ணிற் கரியமணி கழிய வாழ்வார் போல வாழேன்" என்று மனம் உருகி, 'இன்றே யோகத்தால் சிவன் தாள் சென்றடைவேன்' என்று வைராக்யம் கொண்டார்.

நாளை சுந்தரமூர்த்திநாயனார் திருக்கையிலைக்கு செல்வதற்காக திருவஞ்சிக்களத்துக் கோவிலை வலம் வந்து ஈசனின் கழலினைப் போற்றி "தலைக்குத் தலைமாலை" என்னும் தமிழ் மாலை சாற்றி இப்பூவுலகின் பாச வாழ்க்கையை அறுத்திட போகிறார் என்பதும், கயிலைநாதர் வெள்ளை யானையின்மீது அமர்த்தி சுந்தரரை கயிலைக்கு அழைத்துக்கொள்ளப் போகிறார் என்பதும் தனது ஞானத்தால் உணர்ந்தார் பெருமிழலைக் குறும்பர். நம்பிஆரூரர் கயிலை செல்லும் முன் தாம் முன்சென்று அவரை வரவேற்க வேண்டும் என வைராக்யம் கொள்கிறார்.

மனம் முதலிய அகக்கருவிகள் நான்கும் சிந்தையே ஆக, அகப்புறக் கருவிகளுக்கு ஆட்படாத தூய அறிவை மேற்கொண்டு, உணர்ச்சியானது சுழுமுனைவழியே உயிர்க் காற்றைச் செலுத்த, உச்சித் துளையின் வழி அக்காற்றுப் பொருந்துமாறு முன் பயின்ற நெறியினால் எடுத்த பிரணவ மந்திரமானது அவ்வாயிலைத் திறக்க, அவ்வழி மூலம் அடைவாராகி, நம்பியாரூரர் திருக்கயிலையை அடையும் முன்பே பெருமிழலைக் குறும்பரும் கயிலையை அடைந்தார் என்கிறது திருத்தொண்டர் வரலாறு.

மல்லாங்குடி, தேவர்மலை, தேவமலை என்றெல்லாம் இப்போது அழைக்கப் படும் இப்பகுதி கல்வெட்டுக்களில் மலையாலங்குடி என்றே குறிப்பிடப்படுகிறது. நான் அவ்விடத்தை நெருங்கும் வரையில் கண்ணுக்கெட்டிய தூரம் எங்கும் மலையையே காணவில்லையே என நினைத்தேன். உண்மையில் அது மலை அல்ல சிறு குன்று. கிழக்குப்பக்கமாக சரிந்துள்ள பாறையில் குடைந்து குடைவரை அமைத்துள்ளார்கள் பிற்காலத்தில்.

புதுக்கோட்டை மாவட்டத்தில் பல இடங்களில் உள்ளது போல குடைவரைக்கு வெளியே முகமண்டபம் கட்டப்பட்டு உள்ளது. அருகிலேயே "பெருமிழலைக் குறும்பரின்" ஜீவ சமாதி மேற்கு நோக்கி இருக்கிறது.சன்னதிக்கு எதிரில் உள்ள பாறையில் பதினேழு வரிகள் கொண்ட கல்வெட்டு பொறிக்கப்பட்டுள்ளது. சில பகுதிகள் சிதைந்து போய் இருக்கிறது.

குடைவரையின் முன்பண்டபத்துக்கு முன்பாக இரண்டு நந்தி சிலைகள் இருக்கிறது.பொதுவாக இரண்டு நந்திகள் ஒன்றாக இருக்கும் கோவில்களில் பக்தர்களின் வேண்டுதல்கள் உடனே பலிக்கும் என்ற நம்பிக்கை இருந்து வருகிறது. இப்படி இரண்டு நந்திகள் இருப்பதன் பின்னனியில் ஒரு செவிவழிக்கதையும் வழங்கி வருகிறது. பெருமிழலை குறும்பர் ஒருநாள் வெள்ளாற்றுக்கு வடக்கே இருந்தபோது வெள்ளாற்றில் வெள்ளம் பெருக்கெடுத்து ஓடுகிறது. இக்கரைக்கு வரமுடியாமல் தவிக்கும் குறும்பர் ஈசனை வேண்ட ஈசன் நந்தி யை அனுப்பி பெருமிழலைக் குறும்பரை அழைத்து வரச் சொன்னார். அதன்படி நந்தி யின் வாலைப் பிடித்தபடி வெள்ளத்தை கடந்து இக் கோவிலை அடைந்தார் பெருமிழலைக்குறும்பர். அவ்வாறு வந்த நந்தியை ஏற்கனவே உள்ள நந்தியுடன் அங்கேயே இருக்கச் செய்தார் ஈசன். இது போன்ற கதைகளுக்கு எவ்வித ஆதாரமும் இல்லை என்றாலும் சுவாரஸ்யம் மிகுந்தவையாக இருக்கிறது,

ஈசன் பெயர் தேவநாதன், அம்மை பெயர் தேவநாயகி, என தற்காலத்தில் வழங்கப் படுகிறது. முன் மண்டபத்தில் தெற்கு நோக்கிய வாறு அம்மன் சிலை நிறுவப்பட்டு இருக்கிறது. குடைவரையின் தென் கோட்டத்தில் விநாயகரும், வட கோட்டத்தில் லகுலீசர் சிற்பமும் காணப்படுகிறது.

குஜராத் பரோடா மாவட்டத்தில் உள்ள காயாவரோகணம் எனும் ஊரில் பிறந்த சைவத் துறவி இலகுலீசர்,சிவபெருமானின் இருபத்தி எட்டாம் அவதாரமாக இவர் கருதப்படுகிறார்.இலகுலீச

பாசுபதம் எனும் சைவப் பிரிவு இவரால் தோற்றுவிக்கப்பட்டது. வலது கையில் பாம்பு சுற்றிய தடியை கொண்டுள்ள இவரது உருவ அமைதியை கொண்டு பல வரலாற்று அறிஞர்கள் இவர் இலகுலீசர் என சொல்கின்றனர்.

கருவரை முன்சுவற்றின் இருபுறமும் துவார பாலகர்கள் இருக்கவேண்டிய இடத்தில் தென்புறம் இளைய முனிவரின் சிலையும், வடபுறம் வயதில் முதிய முனிவரின் சிலையும் புடைப்புச் சிற்பமாக இருக்கிறது. இவ்விரண்டு சிற்பங்களும் பேரழகுடன் செதுக்கப்பட்டு இருக்கிறது. இளைய முனிவர் புலத்தியர் என்றும் வயதான தோற்றம் கொண்ட முனிவர் அகத்தியர எனவும் கருதப்படுகிறது. அகத்தியரின் பிரதான சீடர் புலத்தியர். புதுக்கோட்டை மாவட்டத்தில் பல்வேறு இடங்களில் இருக்கும் ஏழுக்கும் மேற்பட்ட சிவன் கோவில்களின் மூலவர் அகஸ்தீஸ்வரர் என்றே அழைக்கப்படுகிறது. அகத்தியர் புலத்தியர் சிலைகள் இங்கு காணப்படுவதற்கும் அகத்தீஸ்வரர் என்ற பெயரில்பல கோவில்களில் மூலவர் இருப்பதும் ஆய்வுக்குரியது. புலத்தியரின் சிற்பத்தை பார்த்துக்கொண்டே இருக்கலாம் போல இருக்கிறது. அவ்வளவு அழகுற வடிக்கப்பட்ட சிலை அது.

இவ்வாயில் வழியே கருவரையை நோக்கினால் லிங்கத் திருமேனி யை தரிசிக்க முடிகிறது. லிங்கத்தின்மீது திருநீறு மெழுகி அதில் கண்கள் வரையப்பட்டு சிவனாரை நேரில் பார்ப்பது போல இருக்கிறது.

இக்குடைவரையின் அருகிலேயே மேற்கு நோக்கிய வாயிலுடன் "பெருமிழலைக் குறும்ப நாயனார்" ஜீவ சமாதி இருக்கிறது. உள்ளே அதிட்டானங்களில் இருப்பது போல ஒரு சிறு சிவலிங்கம் மையமாக இருக்கிறது. அருகில் சுந்தரர் மற்றும் பெருமிழலைக் குறும்பனார் சிலைகளும் இருக்கிறது. இத்தகைய வனாந்திரமாக இருக்கும் இவ்விடத்தில் பெருமிழலைக் குறும்பனாரின் குருபூஜை தினமான ஆடி மாதம் சித்திரை நட்சத்திரத்தன்று கட்டுக்கடங்காத கூட்டம் மாநிலத்தின் பலபகுதிகளில் இருந்து வரும் என்று கோவில் காவலர் சொன்னார்.

திருத்தொண்டர் புராணத்தில் இந்த மிழலை நாட்டைப் பற்றிக் குறிப்பிடும் போது,

சூத நெருங்கு குலைத்தெங்கு
பலவு பூகஞ் சூழ்புடைத்தாய்
வீதி தோறும் நீற்றினொளி
விரிய மேவி விளங்குபதி
நீதி வழுவா நெறியினராய்
நிலவுங் குடியால் நெடுநிலத்து
மீது விளங்கும் தொன்மையது
மிழலை நாட்டுப் பெருமிழலை.
என்கிறார். அதாவது,

மாவும், நெருங்கிய குலைகளையுடைய தென்னை மரங்களும், பலாவும், பாக்கு மரங்களும், சூழ்ந்த சுற்றுச் சூழலை உடையதாயும். வீதிகள் தோறும் திருநீற்றின் ஒளி மிகப்பொருந்தி விளங்குவதாயும், அறநெறியினின்றும் வழுவாது விளங்கும் குடி மக்கள் தன்பால் நிரம்ப இருப்பதாயும் உள்ள ஊர், மிகப் பழையதான மிழலை நாட்டின்கண் உள்ள பெருமிழலை என்னும் ஊராகும்.

தற்போது எங்கே காணினும் தலமரங்களை மட்டுமே காணமுடிகிறது.ஒரு பெரு நகரமாக இருந்த இடம் இன்று ஆள் நடமாட்டம் இன்றி தைல மரக்காடாக காட்சி அளிக்கிறது. குடைவரைக் கோவில் மட்டும் வரலாற்றின் சாட்சியாக இன்றும் நம்முன்னே இருக்கிறது.

தோல்லியல் துறையின்கட்டுப்பட்டில் இருக்கும் இக்கோவில் நல்ல முறையில் பராமரிக்கப் பட்டு வருகிறது. அருகில் இருக்கும் ஊரில் இருந்து குருக்கள் காலை மட்டும் ஒருவேளை வந்து பூஜை செய்து விட்டுப் போகிறார். தொல்லியல்துறைக் காப்பாளர் காலை 10.00 முதல் 5.00 வரை இருக்கிறார்.

## வழி:

புதுக்கோட்டை - நமன சமுத்திரம் வழியாக பொன்னமராவதி செல்லும் சாலையின் வழியாக- பேறையூர் சாலையில் பிரிந்து பேரையூர் அடைந்து - நற்சாந்துப்பட்டி போகும் சாலையில் 2 கி.மீ.சென்றால் "தேவர்மலை"க்குப் போகும் தைல மரக்காட்டின் வழியாக செல்லும் வண்டிப்பாதை வரும், அதிலிருந்து சுமார்2 கி.மீ. சென்றால் கோயிலை அடையலாம்.வழியில் எங்கும் வழிகாட்டுப் பலகைகள் இருக்காது. எனவே ஆங்காங்கு விசாரித்துக்கொண்டு செல்வது நல்லது.

# 7

# வாலாஜா – வன்னிவேடு சிவன்

பஞ்சபூத தலங்களில் ஒன்றான காஞ்சிபுரத்தில் அன்னை பார்வதி தேவி சிவபெருமானை நினைத்து தவம் இருந்தார். பார்வதி தேவியின் தவத்தில் மகிழ்ந்த சிவபெருமான், பார்வதி தேவியை மணம் முடிக்க காஞ்சிபுரத்தில் எழுந்தருளினார். இறைவனின் திருமண விழாவை காண மகரிஷிகள், முனிவர்கள் என பலரும் காஞ்சிபுரத்திற்கு வருகை தந்தனர்.

முனிவர்களும், ரிஷிகளும் தங்கள் தினசரி தியானம், பூஜைகளை செய்வதற்கு அமைதியான இடம் தேடினர். கலியாணக் களேபரத்தில் அதற்கான வாய்ப்புகள் இல்லாதபோது அமைதியான இடத்தை தேடி பாலாற்றின் கரையோரம் இருந்த காடுகளைத் தேர்ந்தெடுத்து தங்கினர்.

இப்படி ரிஷிகள் வளமையும் அமைதியும் ஆகர்ஷனமும் நிறைந்த பாலாற்றின் வடகரை மற்றும் தென் கரையில் தங்கி லிங்கங்கள் அமைத்து ஆங்கே தவச்சாலைகளை அமைத்து பூஜைகள் செய்த ஆறு காடுகளும், அதில் அமைந்த லிங்கங்களும் பிற்காலத்தில் ஷடாரண்ய ஷேத்ரங்கள் என்று அழைக்கப்படுகின்றன. ஆறு காடுகள் என்பதன் பெயர் தான் பின்னர் "ஆற்காடு" என மருவியது. இந்த ஷடாரண்ய ஷேத்ரங்கள் ஆற்காடு, ராணிப்பேட்டை, மற்றும் வாலாஜா வைச் சுற்றி பாலாற்றின் கரைகளில் அமைந்துள்ளது.

அவ்வாறு ரிஷிகளால் அமைத்து வழிபாடு செய்யப்பட்ட லிங்கங்கள் பிற்காலத்தில் மன்னர்களால் செங்கல் தளியாகவும்

57

கற்றளியாகவும் எழுப்பப்பெற்று மக்களின் வழிபாட்டுக்கு வழக்கத்திற்கு வந்தது.

அகத்தியர், அத்ரி, காஸ்யபர், கௌதமர், வசிஷ்டர், வால்மீகி, பரத்வாஜர் ஆகிய சப்தரிஷிகள் ஆறுகாடுகளில் இருந்து லிங்கம் அமைத்து வழிபாடு நடத்திய ஷேத்திரங்கள் இவை. ஒவ்வொரு ரிஷியும் தங்கிய வனம் அங்குள்ள மரங்களைக் கொண்டு அழைக்கப்பட்டது. ஏழு ரிஷிகளுக்கு ஆறு காடுகள் எப்படி ? காசிபமுனிவர் மற்றும் கவுதம முனிவர் இருவரும் ஒரே கானகத்தில் ஒவ்வொரு கரையில் தவச்சாலை அமைத்துக் கொண்டனர். காசிபர் தவச்சாலை அமைந்த இடம் இப்போதும் அவரக்கரை, அவரிக்கரை என அழைக்கப்பட்டு வருகிறது. அதாவது கௌதமர் அக்கரையில் எனும் அர்த்தத்தில் அவ்வூர் இன்றும் அழைக்கப்பட்டு வருகிறது.

பாலாற்றின் வடகரையில் அகத்தியர், அத்ரி, காசிபர், கௌதமர் ஆகியோரும் தென் கரையில் பரத்வாஜர், வசிட்டர், வால்மீகி ஆகிய ரிஷிகளும் தங்களது தவச்சாலையினை நிறுவி ஈசனை வழிபாடு செய்து வந்தனர்.

வன்னி மரங்கள் நிறைந்த பாலாற்றின் வடகரையில் அகத்திய மகாமுனிவர் தங்கி வழிபாடு நடத்திய வனத்தில் எழுப்பப்பட்ட கோவில் உள்ள தலம் தற்போது வன்னிவேடு என அழைக்கப் படுகிறது. வாலாஜா பேட்டை புறவழிச்சாலையில் அமைந்துள்ள இக்கோவில் சாலையிலிருந்து பார்த்தாலே தெரியும் வண்ணம் அமைந்துள்ளது.

அகத்தியர் வழிபட்ட தலத்தில் இருக்கும் இக்கோவிலின் மூலவர் அகஸ்தீஸ்வரர், அம்பாள் புவனேஸ்வரி அம்மன். மிகப்பெரிய வளாகமாக காட்சி அளிக்கிறது இத்திருக்கோவில். கோவிலின் முன்பாக நீர் நிறைந்த திருக்குளம் அழகிய படிக்கட்டுகளுடன் அமைந்திருக்கிறது.

சென்ற நூற்றாண்டின் துவக்கத்தில் மிகவும் பாழடைந்து, புதர் மண்டிப் போயிருந்த இக்கோவிலை பிற்காலத்தில் ஆன்மீக

அன்பர்கள் பலர் வெவ்வேறு காலகட்டங்களில் முன்னெடுத்து சிறப்பாக செப்பனிட்டு தற்போது மிக நேர்த்தியாக பராமரித்து வருகிறார்கள். ராஜ கோபுரம் இல்லாமல் இருந்த இக்கோவிலுக்கு தற்போது ராஜகோபுரம் கட்டும் பணி நடைபெற்று வருகிறது.

இக்கோவில் வித்தியாசமான அமைப்பினைக் கொண்டுள்ளது. கோவிலின் அமைப்பினை முதலில் பார்ப்போம். நாம் கோவில் மதிலின் மேற்குமுகமாக உள் நுழைகிறோம். இது ராஜ கோபுரம் இருக்கும் வழி அல்ல. இப்போது தான் ராஜகோபுரம் கிழக்கு மதில் பக்கம் கட்டப்பட்டு வருகிறது. நாம் கோவில் பிரகாரத்தின் உள் நுழையும் போது நாம் தரிசிப்பது "துவார விநாயகர்" வித்தியாசமான பெயர் கொண்டுள்ள இந்த விநாயகர் தனித்த மண்டபம் கொண்டு காட்சி அளிக்கிறார். திருச்சுற்றினை பிரதட்சணமாக சுற்றி நேர் பின்புறம் இருக்கும் கொடிமரத்துக்கு வந்து விழுந்து வணங்கி தென்புறபகுதியில் உள்ள நுழைவு வாயில் வழியாக கோவிலுக்குள் நுழைகிறோம்.

அப்பன் அகத்தீஸ்வரர் கிழக்கு நோக்கி அருள்பாலிக்கிறார். அழகிய லிங்கமேனி. பாலாற்றின் மணலைக் கொண்டு அகத்திய முனிவரால் உருவாக்கப்பட்ட லிங்கம். இன்றும் அபிசேக நேரங்களில் அகத்திய முனிவரின் கைவிரல் பதிவு லிங்கத் திருமேனியில் இருப்பதைக் காணலாம் என்றார் கோவில் குருக்கள். மூலவரை தரிசனம் செய்துகொண்டு உள் பிரகாரத்தினை இப்போது வலம் வருவோம்.

நாம் முதலில் தரிசிப்பது சரபேஸ்வரர். மிக அழகிய வடிவமைப்பு. ஞாயிறு ராகுகாலங்களில் இங்கு சரபேஸ்வரருக்கு சிறப்பு அபிஷேக ஆராதனைகள் நடைபெறுகிறது. திரளான பக்தர்கள் இந்நிகழ்வில் பிரதிவாரம் பங்கேற்கிறார்கள். குறிப்பாக வழக்கு, தொடர்பான சிக்கலில் இருப்பவர்கள் சராபேஸ்வர ராகுகால பூஜையில் கலந்து கொண்டு பலன் பெற்று வருகிறார்கள்.

அதனை அடுத்து உள் பிரகார மாடப்பகுதியில் அகத்தியர் காட்சி அளிக்கிறார். பெரும்பாலும் அகத்தியர் அமர்ந்த நிலையில்தான்

இருப்பார். இக்கோவிலில் நின்ற திருக்கோலத்தில் காட்சி அளிக்கிறார். அகத்தியரின் சிலை இங்கும் அவர் அமர்ந்து தியானித்த இடம் மூலவரின் நேர் பின்புறமுமிருக்கிறது.

அடுத்து நால்வர், மற்றும் நாயன்மார்கள் சிலை வரிசையாக அமைந்துள்ளது. விநாயகர், மற்றும்,தட்சிணாமூர்த்தி, கருவரையின் தென்புறகோட்டத்தில் காட்சி அளிக்கிறார்கள்.கன்னி மூலையில் கணபதி சன்னதி அடுத்து,அகத்தியர் தியானம் செய்த அறை சிறிய லிங்கத்துடன் மூலவரின் நேர் பின் புறம் இருக்கிறது. வள்ளி தெய்வயானையுடன் முருகனுக்கு தனி சன்னதியும் இந்த உள் பிரகாரத்தில் அமைந்துள்ளது.

கருவரையின் வட கோட்டத்தில் அமைந்திருக்கும் துர்க்கை அம்மன் எதிரே கம்பியால் ஆன தடுப்பு ஏற்படுத்தப் பட்டுள்ளது. அதன் உள் தரையில் நான்கு சிறு பித்தளை பாதங்கள் தடங்களாக தரையில் பதிக்கப் பட்டுள்ளது. இப்படி வேறு எந்தகோவிலும் பார்த்ததில்லை. ஆச்சர்யத்துடன் குருக்களை அனுகி விசாரித்தோம்.

ஒருநாள் புதன் கிழமை மாலை துர்க்கைஅம்மன் கோட்டத்தில் இருந்து இறங்கி ஒளிப்பிழம்புடன் புவனேஸ்வரி அம்மன் சன்னதி நோக்கிச் சென்றதை அரங்காவலரும் ஏனைய பக்தர்களும் கண்டார்களாம். ஒரு சில நொடிகளே நிகழ்ந்த இந்த நிகழ்விற்குப் பிறகு அவ்விடத்தில் காணப்பட்ட காலடித் தடத்தின் மீது பாதம் அமைத்து பாதுகாத்து வருகிறாரகள் என சொன்னார் குருக்கள். நமக்கே அவ்விடத்தினை கடக்கும் போது உடல் சிலிர்ப்பதை உணர முடிந்தது. துர்க்கை அம்மனின் நேர் எதிரே தான் புவனேஸ்வரி அம்மன் சன்னதிக்குச் செல்லும் வழி இருக்கிறது. நாமும் அவ்வழியே அம்மன் சன்னதியினை அடைகிறோம்.

அம்மனுக்கு முன்னர் சிங்க வாகனம் இருக்கிறது. புவனேஸ்வரி அம்மன் மகாமண்டபத்தில் இருந்து அம்பாளை நன்கு தரிசிக்க முடிகிறது.அம்பாளின் எழில் வண்ணம் பார்த்துக்கொண்டே இருக்கலாம் போலிருக்கிறது.வெள்ளிக் கிழமை செவ்வாய்க் கிழமைகளில் பக்தர்களின் வருகை இருவேளைகளிலும் நிறைந்து

இருக்கும் என்கிறார் குருக்கள். வேண்டிய வரங்களை தரும் அன்னையாக இங்கு புவனேஸ்வரி அம்மன் கோவில் கொண்டு பக்தர்களின் வேண்டுதல்களை நிறைவேற்றி வருகிறாள்.

இக்கோவிலின் இரண்டாம் திருச்சுற்று முக்கியமானது. இங்குதான் தல விருட்சம் வன்னி மரம் உள்ளது. குழந்தை பேறு வேண்டுபவர்கள், திருமணம் தடைபட்டவர்கள், இத் தலவிருட்சத்தினை இருபத்து ஒரு முறை சுற்றி வந்து மஞ்சள் துணியில் தேங்காய் வைத்து வன்னிமரக் கிளையில் கட்டித் தொங்கவிடும் நம்பிக்கை இப்பகுதி மக்களிடம் உள்ளது. மரத்தின் கிளை முழுக்க அத்தகைய மஞ்சள் துணிகளால் கட்டப்பட்ட தேங்காய்களை பார்க்கிறோம். பக்தர்களின் எத்தனை கோரிக்கைகள் இங்கு நிறைவேறியுள்ளது என்பது இத் தலவிருட்சத்தினை பார்க்கும் போது தெரிகிறது. தலவிருட்சமான வன்னி மரத்தினை சுற்றும் போதே அதன் கீழே பிரதிஷ்ட்டை செய்யப்பட்டிருக்கும் நாகதேவதைகளயும் நாம் தரிசிக்கின்றோம்.

நவகிரங்களுக்கு என தனி சன்னதி இருந்தாலும் சனீஸ்வர பகவானுக்கும் இங்கு தனி சன்னதி உள்ளது. சனியின் பிடியில் இருந்து மீளவும், துன்பம் நிகழாமல் இருக்கவும் பக்தர்கள் சனீஸ்வரனுக்கு பாவக்காய் மாலை சாற்றி வழிபடும் வழக்கம் இங்குள்ளது.

இந்தப் பிரகாரங்களில் நாம் பார்க்கும் மற்றொரு புதுமை வண்ண மயமான சுதைச் சிற்பங்களால் செய்யப்பட்டு நிர்மாணிக்கப்பட்டுள்ள பிச்சாண்டி, அன்னபூரணி. நேரில் பார்ப்பது போல இருக்கிறது. மற்றொரு இடத்தில் காமதேனு, சிவன், அகத்தியர் சுதைச் சிற்பம். இவை இரண்டும் கண்கொள்ளாக் காட்சிகள். வேறு எந்த கோவிலிலும் பார்க்க முடியாத புது அமைப்பு.

தஞ்சை பெருங்கோவிலின் திருச்சுற்றில் அட்டதிக்கு பாலகர்களுக்கு தனி தனி சன்னதி உள்ளது. சிலவற்றில் சிலைகள் இல்லாமல் வெறும் கருவரை மட்டும் காட்சி அளிக்கிறது. அதே பாணியில் இக்கோவிலில் அட்ட திக்கு பாலகர்கள் எட்டு திசைகளிலும் எழுந்தருளி அருள் பாலிக்கின்றனர். கிழக்கு இந்திரன், தென் கிழக்கு அக்னி, தெற்கு எமன், தென்மேற்கு நிருதி, மேற்கு

வருணன், வட மேற்கு வாயு, வடக்கு குபேரன், வடகிழக்கு ஈசானம் என தங்கள் திசைகளுக்கு உரிய இடங்களில் அஷ்டதிக் பாலகர்கள் கோவில் கொண்டுள்ளனர். அஷ்டதிக் பாலகர்கள் நாம் செய்யும் ஒவ்வொரு செயலையும் கண்காணிப்பதாக ஐதீகம். இவர்கள் உயிரின் செயல்களுக்கு சாட்சியாக இருக்கின்றனர். இவர்களை வணங்கினால் அஷ்ட ஐஸ்வர்யங்களும் கிடைக்கும்.

வெளிப்பிரகாரத்தில் சொர்ண ஆகர்ஷன பைரவர்க்கு தனி சன்னதி உள்ளது. தேய்பிறை அஷ்டமியில் சிறப்பு அபிஷேக ஆராதனைகள் சொர்ண ஆகர்ஷன பைரவர்க்குச் செய்யப்படுகிறது. அதன் அருகிலேயே காலபைரவருக்கும் தனிச் சன்னதி இருக்கிறது.

ஹயக்ரீவர், சரஸ்வதிக்கு தனி தனி சன்னதிகள் தெற்கு பிரகாரத்தில் அமைந்துள்ளது. கல்வி, தேர்வுகளில் தேர்ச்சி ஆகியவைகளுக்காக மாணவ மாணவிகள் இங்கு வந்து வேண்டிக்கொள்கின்றனர். உயர் கல்வி க்கு இடம் கிடைத்தவர்கள் இக்கோவிலில் உள்ள ஹயக்ரீவருக்கு திருமஞ்சனம் செய்கின்றனர்.

கோவிலின் இரண்டு திருச்சுற்றுகளையும் சுற்றி வந்து கொடிமரத்தின் கீழ் விழுந்து வணங்கி சற்று நேரம் கண்மூடி அமர்ந்திருக்கும் போது நாம் அடையும் மன நிம்மதியினை சொல்வதற்கு வார்த்தைகள் இல்லை. கொடிமரத்தின் முன்பிருக்கும் நந்தி மண்டபத்தின் முன்னர் ஒரு செங்கல் அளவிற்கான துளை சுவற்றில் உள்ளது அதன்வழியே நந்தியம்பெருமான் மூலவர் அகத்தீஸ்வரரை தரிசனம் செய்துகொண்டு இருக்கிறார். நாமும் அவ்வழியே மூலவரை மீண்டும் தரிசித்துக் கொள்கிறோம்.

மாத சிவராத்திரி, பிரதோஷம், பௌர்ணமி தினங்களில் சிறப்பு வழிபாடு நடைபெறுகிறது. மகா சிவராத்திரியின் போது ஷடாரண்ய க்ஷேத்ரங்கள் அனைத்தையும் ஒரேநாளில் தரிசனம் செய்துகொண்டால் கைலாய மலையை தரிசனம் செய்த பலன் கிடைக்கும் என்கிற நம்பிக்கை இங்குள்ளது. அன்றைய தினம் பக்தர்கள் அனைவரும் திரண்டு இந்த ஏழுகோவில்களையும் தரிசனம் செய்து வருகிறார்கள்.

வரலாற்று ரீதியாகப் பார்த்தோமேயானால் பல்வேறு மன்னர்களின் காலகட்டங்களில் இக்கோவில் போஷிக்கப் பட்டுள்ளது தெரியவருகிறது. பல்லவ, சோழ, சம்புவராய, விஜயநகர, மராட்டிய, நாயக்க மன்னர்களின் பங்களிப்பு இக்கோவிலுக்கு இருந்துள்ளது. இக்கோவில் வெளிப்பிரகாரத்தில் அரசன் அரசி சிலை வடிக்கப்பட்ட மூன்றடி உயர சிற்பக்கல் ஒன்று நிறுவப்பட்டுள்ளது. அதில் உள்ள மன்னர் யார் அவர் இக்கோவிலுக்கு என்ன செய்துள்ளார் என்பது அறியமுடியவில்லை. தமிழகத்தில் உள்ள பல்வேறு கோவில்களின் வரலாறு ஸ்ரீரங்கம் கோவிலொழுகு போல எழுதப்படாமையால் இத்தகைய ஆவணங்களின் பின்னனி இக்காலத்தில் நமக்குத் தெரியவில்லை. அந்த சிற்பத்தின் வடிவமைப்பைக் கொண்டு அது மராட்டிய மன்னராக இருக்கலாம் என ஊகிக்க முடிகிறது. மன்னரின் முடி உடை அரசியின் உடை அலங்காரம் ஆகியவை மராட்டிய வம்சத்தின் சாயல் கொண்டுள்ளது. கி.பி 1676 முதல் அன்றைய வடாற்காடு மாவட்டப் பகுதி மராட்டிய இளவல் துக்காஜியின் ஆட்சியின் கீழ் வந்ததாக வரலாறு கூறுகிறது. துக்காஜி அல்லது ஆதன் பிறகான மராட்டிய மன்னர்கள் அல்லது அவர்களின் அரசப் பிரதிநிதிகளின் பிம்பங்களாக இச்சிலை இருக்கக் கூடும். எது எப்படியோ இவ்வாறு தெரிந்து கொள்வதற்கு ஏதுவாக இக்கல்லினை கோவிலுக்குள் பிரதிஷ்டை செய்தவர்களைப் பாராட்ட வேண்டும். இன்றில்லை எனினும் என்றவது ஒருநாள் இவ்வரலாறு அறிஞர்களால் கண்டறியப்படும்.

எழில் சூழ்ந்த சோலையும் அழகிய நீர் நிறைந்த குளமும் கொண்டு விளங்கும் இத்திருத்தலத்துக்கு ஒருமுறை சென்று அகத்தீசரையும் புவனேஸ்வரி அம்மனையும் தரிசித்து வரலாமே.


## வழி

ராணிப்பேட்டை மாவட்டம் வாலாஜாவில் இருந்து இரண்டு கி.மீ தூரத்தில் இக்கோவில் அமைந்துள்ளது. பஸ்போக்குவரத்து உள்ளது.

# 8

## இராமாயணத்தில் ஒரு மகாபாரதக் காட்சி. செங்கம்

வால்மீகி இராமாயணத்துக்குப் பிறகு பாரதத்தில் பல மொழிகளில் பல்வேறு விதமான இராமாயணம் படைக்கப்பட்டுள்ளன. இராமாயண பாத்திரங்கள் மாறாது என்றாலும் காட்சி அமைப்புகள் ஒவ்வொரு இராமாயணத்தில் ஒவ்வொரு விதமாக படைக்கப்பட்டுள்ளது. அப்படிப்பட்ட ஒரு இராமாயணம் தான் "அத்யாத்ம இராமாயணம்." வடமொழியில் விசுவாமித்ரமகரிஷியால் எழுதப்பட்டது என சொல்லப்படும் இந்த இராமாயணம் தமிழிலும் மொழிபெயர்க்கப் பட்டுள்ளது.

யுத்தகாண்டத்தில் இராமனை எதிர் கொள்ளமுடியாமல் இராவணன் உடம்பெல்லாம் தழும்புகளுடன் வெட்கத்துடன் பின்வாங்கினான். அசுர குரு சுக்கிராச்சாரியரை சந்தித்து இந்த இக்கட்டிலிருந்து தன்னை காக்க உபாயம் சொல்லும் படி கேட்டுக்கொண்டான்.

சுக்ராச்சாரியரும் நான் ஒரு மகத்துவமுள்ள மந்திரோப தேசம் செய்கிறேன். அதை பெற்றுக்கொண்டு இலங்கைக்குச் சென்று, மிக்க பிரயத்தனத்துடன் இரகசியமாக ஓமகுண்டம் ஏற்படுத்தி அக்கினி வளர்த்து, அந்த அக்கினியில் விதிப் படி ஓமம் செய்வாயானால், அந்த ஓமகுண்டத்திலிருந்து சிரேஷ்டமான இரதம், குதிரை, வில், அம்புரை, பாணங்கள் முதலியவை உண்டாகும். அந்தக் குதிரை பூட்டிய இரதத்திலேறிச் சென்று வில் அம்புறையை தரித்து

அப்பாணங்களைப் பிரயோகித்து யுத்தம் புரிவாயாகில் சத்ருக்களை நாசப்படுத்தி ஜெயமடைவாய்," என்று கூறி அந்த அபிசார ஓமத்தின் மகிமைகளையும், இரகசியங்களையும், செய்ய வேண்டிய விபரங்களையும் அவனுக்குக் தெரிவித்தார்.

இராவணன் அசுரகுருவிடம் மந்திரோபதேசம் பெற்றுக் கொண்டு வணக்கி விடைபெற்று இலங்கைக்கு வந்து, தன் அரண்மனையில் பாதாளத்துக்குச் சமானமான ஒரு குகையை ஏற்படுத்தி இலங்கை நகரத்தின் கோட்டை கதவுகளை மூடி,, அபிசார ஓமத்தின் விதியைக் கூறும் சாஸ்த்திரத்தில் சொல்லப்பட்ட ஹோம திரவியங்களை யெல்லாஞ் சேகரித்துக் கொண்டு, ஸ்நானம் பண்ணி நியமத்துடன் அக்குகைக்குள் சென்று, வெளியில் அதிபராக்கிரம சாலிகளான இராக்ஷசர்களைக் காவல் வைத்து, அக்குகையின் வாயிலைப் பெரும்பாறையால் மூடி. விட்டு, தான் ஒரு சித்ராசனத்தில் அமர்ந்து ஹோமகுண்டம் ஏற்படுத்தி அக்னி மூட்டி அதன் எதிரிலிருந்து தன்னைமறந்துஅபிசார ஓம விதிப்படி மந்திரங்களை ஜபித்து ஓமம் செய்தான்,

இப்படிப்பட்ட ஓமம் நடப்பதை விபீடணன் இராமனிடம் தெரிவித்து இந்த அபிசார ஓமத்தை கலைக்க வில்லையெனில் இராவணன் சர்வவல்லமை பெற்றுவிடுவான் எனவே, வானர சேனையை அனுப்பி அதனை கலைக்கும்படி கேட்டுக்கொண்டான்,

அதன்படி ராமச்சந்திரமூர்த்தி அனுமனிடமும், அங்கதனிடமும் அப்பணியினை ஒப்படைக்கிறார். அனுமனும் அங்கதனும் இலங்கை இராவணன் அரன்மணைக்குச் சென்று பாதாளம் தேடிப்போய் ஓமத்தில் போட வைத்திருக்கும் பொருட்களை கலைத்து துற எறிகிறார்கள். அனுமன் ஓமத்தின் முன்பு அமர்ந்திருக்கும் இராவணன் கையில் வைத்திருந்த "ஸ்ருவத்தை" பிடுங்கி அதனாலேயே இராவணன் முதுகிலேயேஅடிக்கிறார். இராவணன் அசைந்தபாடில்லை.

அங்கதனுக்கு ஒரு உபாயம் தோன்றுகிறது. இராவணனின் தர்ம பத்தினி யான பதிவிரதாதேவி மண்டோதரியின்

தலைமுடியினைபிடித்து இழுத்து வந்து மேலாடையினை கிழித்து இராவணன் முன்னால் துன்புறுத்துகிறான். மேலாடையில் இருந்த மேகலைகள் எல்லாம் பிரிந்து கீழே கொட்டுகிறது.

மண்டோதரி கதறுகிறாள். இன்னும் சில வானரங்கள் அந்தப்புரத்தில் இருந்து ஏனைய பெண்களையும் பிடித்துவந்து துவம்சம் செய்கின்றன. மண்டோதரி வாய்விட்டு அலறுகிறாள். மகன் மேகநாதன் பெயரை சொல்லி மகனே நீ இருந்திருந்தால் இப்படி ஒரு நிலை எனக்கு வந்திருக்குமா? இந்திரனையே சிறையிட்ட உன்னைப் புத்திரனாகப் பெற்ற என்னை இந்த வானரங்கள் துன்பப்படுத்தும் படி ஆயிற்றே! நீ இப்போது இருந்திருந்தால் தாயின் குரல் கேட்டு ஓடி வந்திருக்க மாட்டயா? உனது தந்தையோ ஒரு நங்கைக்கா ஓமம் செய்துகொண்டு இருக்கிறார். எனச்சொல்லி வாய்விட்டு கதறுகிறாள்.

இந்த வார்த்தைகள் இராவணைச் சுடுகிறது. அவனும் ஓமம் கலைந்து அங்கதனை தொடையில்தாக்குகிறான். வந்த வேலை முடிந்தது என வானரங்கள் அவ்விடம் விட்டு கிளம்பின. மேலே சொன்னகாட்சிகள் "அத்யந்த இராமாயண" தமிழ் மொழிபெயர்ப்பில் குறிப்பிடப்பட்டுள்ளது.

இந்தக்காட்சியினை மனதில் நிறுத்தி ஒரு ஓவியன் பலநூறு ஆண்டுகளுக்கு முன்னர் கோவில் சுவற்றில் வரைந்துள்ளான். இன்றும் அந்த ஓவியங்கள் நமக்கு காணக் கிடைக்கிறது என்பது நமது பாக்கியம் அல்லவா?

திருவண்ணாமலை மாவட்டத்தில் உள்ள செங்கம் வேணுகோபால பார்த்தசாரதிகோவிலில் இந்த ஓவியம் வரையப்பட்டுள்ளது. கல்வெட்டுகளில் இக்கோவில் "அர்ஜுனசாரதியான வேணுகோபாலசாமி" என குறிப்பிடப்படுகிறது. இக்கோவிலின் முன்மண்டபத்தில் தான் இராமாயணம் காட்சிகளாக ( இக்காலத்து காமிக்ஸ் போல) துவக்கத்தில் இருந்து இராமர் பட்டாபிஷேகம் வரையில் வரையப்பட்டுள்ளது.சில இடங்களில் தெலுங்கிலும், கொச்சை தமிழிலும் காட்சிகளைபற்றி குறிப்பும் எழுதப்பட்டுள்ளது. பெரும்பான்மையான ஓவியங்கள் காலவெள்ளத்தில் அழிந்துவிட்டது.

மிச்சம் இருக்கும் சில ஓவியங்களில் அனுமனும் அங்கதனும் மண்டோதரியினை இழுத்துவந்து தாக்கி மேல்சட்டையினை பிய்த்து இராவணனின் அபிசார ஓமத்தை கலைக்கும் இந்த ஓவியமும் ஒன்று, பதினேழாம் நூற்றாண்டு நாயக்கர் பாணி ஓவியங்கள் இவைகள்.

சபைக்கு அழைத்து வந்து திரவுபதியின் ஆடை களைந்து அவமானப்படுத்தும் காட்சி மகாபாரத்தில் படித்திருக்கிறோம். இராமாயணத்திலும் இப்படியான ஒரு காட்சி இருப்பதும் அதை ஓவியமாக்கி கோவிலில் பதிவு செய்திருப்பதும் ஆச்சர்யம் அளிக்கிறது.

மீதம் உள்ள ஓவியங்களையாவது படம் எடுத்து ஆவணப்படுத்த வேண்டும்.

திருவண்ணாமலையில் இருந்து 35 கி.மீ தூரத்தில் உள்ளது செங்கம். ஊரின் மையப்பகுதியில் சாலையை ஒட்டியே அமைந்துள்ளது இக்கோவில்.

# 9

# ராணிப்பேட்டை காஞ்சனகிரி

அமைதியும், ஆன்மீகமும் எப்போதும் ஒன்றினைந்தவை. அமைதி இல்லா இடங்களில் ஆன்மீகம் செழிக்க வாய்ப்புகள் குறைவு. இதன் காரணமாகத்தான் மிகப்பெரிய கோவில்களை அமைதி தவழும் இடமாக முன்னோர்கள் கட்டி வைத்தனர். இத்தகைய கோவில்கள் அமையும் இடம் அமானுஷ்யசக்தி உடையதாகவும், அற்புதங்கள் நிகழ்ந்த இடங்களாகவும், புராணங்கள் தொடர்புடையவையாகவும், சுயம்புவாய் மூர்த்தங்கள் எழுந்தருளிய பகுதியாகவும் இருந்தன.

காலப்போக்கில் கோவில்களுக்கான ஆகர்ஷன சக்தியை அதிகரிக்க ஆகம விதிகளின் படி பூஜை, வழிபாடுகள், உற்சவர் திருமேனிகள், தேர் திருவிழாக்கள், போன்றவை ஏற்படுத்தப் பட்டது. இவ்வாறானசடங்குசம்பிரதாயம்எல்லாம்நடைமுறைபடுத்தப்பட்ட பின் அத்தலத்திற்கும், தலத்தில் உள்ள இறைத்திருவுருவங்களுக்கும், ஜன ஆகரஷண சக்தி ஏற்பட்டு பக்தர்கள் வந்து தரிசனம் செய்யத் துவங்குகிறார்கள்.இப்படி பிரபலமாகிவிட்ட கோவில்களில் எப்போதும் மக்கள் கூட்டம் அலைமோதும்.

அமைதியும், ஞானமும், தேடும் பக்தர்களுக்கு இவ்விதமான கோவில்களிள் மனம் அமைதியை தேட முற்படுவது சற்று சிரமமாக இருக்கும். பழுத்த ஞானியர்க்கும், யோகிகளுக்கும், எத்தனைகூட்டம் இருந்தாலும் சட்டென அமைதியும், தவமும், கைகூடிவிடும். அது அவர்களின் கடுமையான நீண்ட பயிற்சியின் வாயிலாக வருவது. சாதாரண பக்தர்களுக்கு அதற்கான சாத்தியம் குறைவு.

இன்னும் பிரபலம் ஆகாத, அமானுஷ்ய சக்தி நிலவும் ஒரு இடம், சட்டென மனம் அமைதி கொள்ளக்கூடிய, ஒரு அற்புத தலம், மிகுந்த பிரயத்தனம் இன்றி எளிதாக சென்றடையக்கூடிய ஒரு திருத்தலத்துக்கு சென்று மன அமைதியுடன் இறை அருள் பெற்றுவர நினைப்பவர்களுக்கு ஏற்ற இடம் ''காஞ்சனகிரி''.

''தீய என்பன கனவிலும் நினைவிலாச் சிந்தைத் தூய மாந்தர் வாழ் தொண்டை நாடு'' என சேக்கிழார் பெருமானார் குறிப்பிடும் தொண்டைநாட்டில் ராணிப்பேட்டையிலிருந்து 12 கி,மீ,தூரத்தில் ஜனசந்தடி அற்ற பகுதியில் இருக்கிறது காஞ்சனகிரி எனும் மலை. கடல் மட்டத்திலிருந்து 1500 அடி உயரத்தில் அமைந்துள்ளது காஞ்சனகிரி. மலை உச்சிவரை இருசக்கரம், நான்கு சக்கரம், வாகனத்தில் செல்வதற்கு நன்கு அமைக்கப்பட்ட தார்ச்சாலை உள்ளது. வளைந்து செல்லும் மலைப்பாதையும் சரிவுகளில் வளர்ந்தோங்கி நிற்கும் மரங்களும், காணும் இடங்களெல்லாம் பசுமை போர்த்தியும் ஒரு மலை வாசஸ்தலத்தை நோக்கி செல்லும் பயணம் போலத்தான் இருக்கிறது காஞ்சனகிரி க்கு செல்லும் வழி.

மலைப்பாதை ஒரு சமதளத்தில் போய் முடிகிறது. சமதளம் என்றால் கிட்டத்தட்ட அறுபது ஏக்கர் நிலப்பரப்பு. முதலில் நாம் எதிர்கொள்வது பிரமிப்பு தான். இந்த மலையின் மீது இவ்வளவு பெரிய சமவெளியா என வியக்காமல் இருக்க முடியவில்லை.

மலைமீது நாம் தரிசிக்க வேண்டிய இடங்கள் நிறைய உள்ளது. காஞ்சனகிரீஸ்வரர்.1008 வெட்டவெளி லிங்கங்கள், கன்னியர் எழுவர், ஆஞ்சநேயர் சன்னிதி, முருகன் கோவில், பெருமாள் கோவில், முருகன் கோவிலுக்கு எதிரே மிகப்பெரிய தீர்த்தக் குளம். இதுவன்றி மலைப்பாதையில் கொஞ்சம் நீண்ட நடைபயணத்தை மேற்கொண்டால் கோவில் மணியோசை ஒலிக்கும் '' மணிப்பாறை '' ஆகியவை தான் நாம் இம்மலையில் தரிசிக்க வேண்டிய இடங்கள். இவை ஒவ்வொன்று நடந்து செல்லும் தூர இடைவெளியில் அமைந்துள்ளன. மணிப்பாறை மட்டும் சற்று நீண்ட மலைப்பயணத்தின் வாயிலாக அடையவேண்டியுள்ளது.

ஒவ்வொன்றாக தரிசிப்போம் வாரீர். முதலில் நமக்கு இடதுபுறம் சற்று மேடான சிறு குன்றுக்குப் போகும் படிகள் கொண்ட வழி நம்மை வரவேற்கிறது. "ஆதி சுயம்பு அருள்மிகு ஸ்ரீ காஞ்சனேஸ்வரர் திருக்கோவில்" "1008 ஆதி சுயம்பு லிங்கம் – வெட்டவெளி பரப்பிரும்மம்" என்கிற பெயர்ப்பலகை யின் வழியாகத்தான் படிக்கட்டுகளில் ஏறுகிறோம். பெயர்ப்பலகையின் உச்சியில் "காலம் அறிவான் காஞ்சன கிரியான்" என்கிற வாசகம் மேலாக பளிச்சிடுகிறது. ஒருவிதத்தில் பார்த்தால் அது உண்மை கூட. நாம் எப்போது இந்த காஞ்சனகிரியானை தரிசிக்க வேண்டும் என்கிற காலத்தை கனிப்பது அவனன்றி வேறு யார்?

சில படிக்கட்டுகள் ஏறி ஸ்ரீ காஞ்சனேஸ்வரர் குடிகொண்டுள்ள அந்த புனித மண்ணை ஸ்பரிசிக்கிறோம். வெட்டவெளியினில் சுயம்புவாக மழையிலும், பனியிலும், வெயிலிலும் நமக்கு அருள்பாலிக்க வீற்றிருக்கிறார் காஞ்சனேஸ்வரர். ஸ்வாமியை தரிசனம் செய்து கொண்டு வலமாக சுற்றிவரும் வழியெங்கும் பல்வேறு விதமான சுயம்பு லிங்கம், இந்தப்பகுதியில் இருந்து கண்டெடுக்கப்பட்ட அவைகள் அனைத்தும் வரிசையாக பிரதிஷ்டை செய்யப்பட்டுள்ளன. அனைத்துச் சிலைகளும் நீரோட்டத்தினால் செதுக்கப்பட்டு வடிவமைக்கப் பட்ட்து போல இருக்கிறது. சில மூர்த்தங்கள் நந்தியெம்பெருமான் உருவம் கொண்டு இருக்கிறது. இவை அனைத்தும் முன்னர் எரிமலையாக இருந்த இப் பகுதியில் இருந்து ஆங்காங்கு கிடந்து, புதைந்து இருந்தவைகள் எனவும், அனைத்தையும் எடுத்து இங்கே பிரதிஷ்டை செய்துள்ளதாக சொல்கிறார்கள்.

சுயம்பு லிங்கங்கள் பற்றி ஆகமங்களும் புராணங்களும் பல்வேறு விதமாகச் சொல்கின்றன. நடராசப் பெருமான் தனது தலையை விரித்து ஆடியபோது பூமியில் விழுந்த நீர்த்துளிகள் சுயம்பு லிங்கமாக மாறியது என "பரமேசுவர" ஆகமம் கூறுகிறது.

காமிகாகமத்தில் வேறு விதமாக,. இந்த பூலோகத்தைத் தாங்கும் ஆதிசேடனின் அளவற்றதலைகள் ஒரு முறை

அசைந்ததால் காலாக்னி உருத்திரருடைய கோபக் கனலில் இருந்து மூன்று தீப்பொறிகள் உண்டாகி சிவலிங்கங்களாக மாறின என சொல்லப்படுகிறது.

சுயம்பு லிங்கங்கள் மென்மையாகவும், குட்டையாகவும், நீளமாகவும், பலகை போன்றும், பசுவின் காது போன்றும், மாதுளம் பழம் போன்றும், 3,5,6,10 முனைகள் கொண்டவைகளாகவும், இருக்கும் எனவும் இத்தகைய லிங்கங்களுக்கு அளவு கிடையாது, பற்பல வடிவம் நிறம், கோணல்கள் கொண்டவையாக இருக்கும், ஆறு, மலை, கோவில்கள், போன்ற பல இடங்களில் இருக்கும், இவைகளின் மூலத்தை சோதித்தல் கூடாது, இவற்றை காணுவதும், தீண்டுவதும், பூஜிப்பதும் மிக்க நன்மை அளிக்கும் எனவும் ஆகமம் சொல்கிறது.

இவ்விடத்தில் உள்ள இவ்வளவு சுயம்பு லிங்கங்களின் பின்னால் தலவரலாற்றுக் கதை ஒன்று உள்ளது அதனை பின்னர் காண்போம்.

வெட்டவெளி பரப்பிரம்மத்தை சுற்றி வலம் வந்து முடிக்கும் இடத்தினில் சிவஞான சுவாமிகள் ஜீவசமாதி என்கிற பெயர்ப்பலகையை பார்க்கமுடிகிறது. மலேசியாவைச் சேர்ந்த தொழிலதிபரான சிவஞானம்1938 ஆம் ஆண்டு இங்கு வந்து தங்கி இறைவனின் சேவையில் ஈடுபட்டுள்ளார்.தனது ஆயுள், சொத்து,அனைத்தையும் காஞ்சனகிரியானுக்கே சமர்ப்பனம் செய்து வாழ்ந்துவந்தார்.1973 ஆம் ஆண்டு டிசம்பர் 8 ஆம் தேதி அன்று அம்மகான் இந்த மலையிலேயே ஜீவசமாதி ஆகி சிவபதம் அடைந்ததாக கூறுகிறார்கள். சிறிய லிங்க உருவம் ஒரு மேடையில் பிரதிஷ்ட்டை செய்யப்பட்டுள்ளது அவ்விடம் தான் ஸ்ரீ சிவஞானசுவாமிகள் ஜீவசமாதி. பல்வேறு சித்தர்கள் ஞானிகள் இம்மலையில் இருந்துள்ளனர். அவ்விடத்தில் விழுந்து நமஸ்கரித்துக்கொள்கிறோம்.

அச்சிறு குன்றினை விட்டு கீழிறங்கும் இடத்தினில் சுற்றுலா தலங்களுக்கு வைக்கப்படும் வழிகாட்டுப் பலகை போல ஒரு

பெரிய விளம்பரப் பலகையில் நாம் இப்போது நிற்கும் இடம் இந்த மலையில் பார்க்கவேண்டிய இடங்களான பெருமாள் கோவில், காஞ்சனகிரிஸ்வரர் கோவில், முருகன் கோவில், குளம், அய்யப்பன் கோவில், ஆஞ்சநேயர் கோவில், கன்னிமார் கோவில், ஆகியவை உள்ள இடங்கள், மணிப்பாறை, அதற்கான வழிகள் என மிக அழகான ஓவியமாக பேனர் வைத்துள்ளனர். அதன் வழிகாட்டுதலின் படியே நாம் ஒவ்வொரு கோவிலையும் நடந்து சென்று தரிசிக்கிறோம்.

காஞ்சனகிரீஸ்வரர் க்கான கோவில் புதிய கட்டுமானத்துடன் கட்டப்பட இடம் தேர்வு செய்து தற்காலிக டெண்ட் அமைக்கப்பட்டு இருக்கிறது. உள்ளே 10 அடி உயரத்திற்கு பிரம்மாண்டமான லிங்கம் நிறுவி வழிபாடு நடந்துவருகிறது. சதா தேவாரப்பதிகங்கள் ஒலித்துக்கொண்டிருக்கிறது அவ்விடத்தில். அந்த பிரம்மாண்ட லிங்கத்தினைநாம் பிரத்ட்சணமாக சுற்றி வருவதற்கு வழி இருக்கிறது. அவ்வாறு சுற்றி வரும்போது ஆகம விதிப்படி லிங்கத்தின் பின்புறம் பெருமாள் நின்ற கோலத்தில் சேவை சாதிக்கிறார். பிரதி வாரம் ஞாயிற்றுக் கிழமைகளில் இந்த சன்னதியில் ''திருவாசகம் முற்றோதல்'' வான்கலந்த மாணிக்கவாசகர் சிவனடியார்கள் திருக்கூட்டத்தினரால் நிகழ்த்தப்படுகிறது. இந்த பிரம்மாண்ட லிங்கத்தின் முன்பாக கண்மூடி அமர்ந்தால் மனம் முழுதும் அமைதி வியாபிக்கிறது.

இச்சன்னதிக்கு வெளியே சுதையினால் செய்யப்பட்டு வர்ணம் அடிக்கப்பட்ட காளையின் உருவம் (நந்தி) ஒன்று அமைக்கப்பட்டுள்ளது. சற்றும் வேலைப்பாடோ செய்நேர்த்தியோ இல்லாத தற்கால சுதைச் சிற்பம் மாக இருக்கிறது இது.

முருகன் கோவிலுக்குச் செல்லும் வழியில் நாகலிங்க மரத்தின் கீழே விநாயகர், நாகர், ஆகியோரை வணங்கிக்கொண்டு முருகன் கோவிலை அடைகிறோம்.

நவீனமயமான டைல்ஸ் கொண்டு கட்டப்பட்டிருக்கும் முருகன் சன்னதியில் மூலவராக முருகன் வள்ளி தெய்வானை எழுந்தருளியுள்ளனர். இப்பகுதி மக்களின் கண்கண்ட தெய்வம்

இக்கோவிலில் உள்ள முருகன். துலாபாரம் கொடுக்கும் வழக்கம் இங்குஇருக்கிறது. உடல்நலம், குழந்தைபேறு, போன்றவைகளுக்காக பக்தர்கள் வேண்டிக்கொண்டு இங்கு எடைக்கு எடை தானியங்கள், நாணயம், பழங்கள், என நேர்த்திக் கடன் செலுத்துகிறார்கள். இப்பகுதி மக்களில் ஒரு பகுதியினர் இக்கோவிலில் திருமணம் செய்துகொள்ளும் வழக்கமும் இருக்கிறது.

முருகன் கோவிலுக்கு எதிரே திருக்குளம். பிரம்மாண்டமாக இருக்கிறது. இதில் உள்ள நீர் மூலிகை குணங்கள் கொண்டதாக கருதப்படுகிறது. இக் காஞ்சனகிரி தலவரலாற்றில் இந்தக் குளத்திற்கு முக்கிய பங்கு உண்டு. வாருங்கள் குளக்கரையில் அமர்ந்து தலவரலாற்றை கேட்போம்.

இங்கிருந்து நான்கு கி,மீ தொலைவில் இருக்கிறது "திருவலம்" என்னும் திருத்தலம். தொண்டைநாட்டில் பாடல்பெற்ற 32 திருத்தலங்களில்இத்தலம்பத்தாவது திருத்தலமாகும். இத்திருத்தலத்தில் எழுதருளியிருக்கும் தனுமத்யாம்பாள் சமேத'' வில்வநாதீஸ்வரர்க்கு அக்காலத்தில் திருவலத்துக்கு வடகிழக்கேயுள்ள இம்மலையில் இருந்துதான் அபிஷேக நீர் மற்றும் அர்ச்சனைக்கான புஷ்பங்கள் எடுத்துச்செல்லப்படும்.

கஞ்சன் என்கிற அசுரன் ஒரு காலத்தில் இம்மலையில் சிவனை நோக்கி இறவா வரம் வேண்டி கடும் தவம் இருந்தான். தவத்தின் பயன் ஏதும் கஞ்சனுக்குக் கிட்ட வில்லை. சிறந்த சிவபக்தனான கஞ்சன் கவலையும், ஈசன் மீது மிகுந்த கோபமும், கொண்டான்.

திருவலம் கோவிலுக்கு நீர் எடுக்க திருக்குளத்திற்கு வந்த சிவாச்சாரியாரை கண்ட கஞ்சன் கடும் சினத்துடன் எனது தவத்துக்கு இறங்கி வராத ஈசனுக்கு நீர் எதற்கு? அபிசேகம் எதற்கு? அர்ச்சனைக்கு பூக்கள் எதற்கு? இந்த மலை என்னுடையது. இதில் நீர் எடுக்க அனுமதி உனக்கில்லை என்று சிவாச்சாரியரை பார்த்து சொன்னதோடல்லாமல் கடுமையாக தாக்கவும் முற்பட்டான். சிவாச்சாரியாரோ ''அப்பா அருகிலேயே பொன்னை நதி நுரைத்து ஓடினாலும் என்னப்பன் ஈசன் திருவலத்தான் இந்த மலையின்

குளத்து நீரைத்தானே விரும்பி ஏற்பார்". "இது இன்று நேற்றல்ல தொன்று தொட்டு இருக்கும் வழக்கம் தானே ஏன் இதற்கு தடைபோடுகிறாய்?" என ஒன்றும் புரியாதவராக கேட்டார். என் தவத்துக்கு இரங்காத ஈசனை நேரில் வரவழைக்க எனக்கு வேறு வழியில்லை. தண்ணீர் வேண்டும் எனில் ஈசனை நேரில் வரச்சொல் போ.. என துரத்தி விட்டான்.

கண்ணீரும் காயமுமாக திருவலம் ஆலயத்துக்குள் தண்ணீர் இல்லா காலிக் குடத்துடன் நுழைந்த சிவாச்சாரியார் ஈசனிடம் நடந்ததை விளக்கிக் கூறினார். மறுபடியும் ஒருமுறை போய் கேட்டுப் பாருங்கள் என்றார் ஈசன் அசரீரியாக. ஒரு முறை பட்ட அடி போதாதா? இறைவா... அவன் கோரப்பற்களுடன், வலிமையான கைகளுடன், பார்க்கவே படுபயங்கரமாக இருக்கிறான் மீண்டும் நான் எப்படி அங்கு செல்வேன்? என சிவாச்சாரியார் பயந்துபோய் ஈசனை நோக்கி கேட்க.... சிவாச்சார்யாரே... கஞ்சன் என் பக்தன் தான். அவனோ நான் அவனுக்குக் காட்சி கொடுக்க வேண்டும், இறவா வரம் தர வேண்டும் என கடும் தவம் புரிகிறான். ஆனால், அவன் நந்தியினால் சம்ஹாரம் செய்யப்பட வேண்டியது அவன் விதி.விதியை மாற்ற யாரால் முடியும்? காட்சி கொடுப்பதும், சம்ஹாரம் செய்வதும், இரண்டும் ஒரு சேர நிகழ்த்தும் தருணம் வந்துவிட்டது. தாங்கள் மீண்டும் தண்ணீர் எடுக்க அங்கு செல்லுங்கள். கஞ்சன் ஏதேனும் வம்பு செய்தால் ஓங்கி குரலெடுத்து என்னை அழையுங்கள் நான் உங்களை பாதுகாப்பேன் என அசரீரியாகச் சொல்லி சிவாச்சாரியாரை அனுப்பி வைத்தார்.

மறுபடியும் குடத்துடன் வந்து நிற்கும் சிவாச்சாரியாரைப் பார்த்து நற நற வென பல்லைக் கடித்தபடி அருகில் வந்த கஞ்சன், ஓய் சிவாச்சாரியாரே! உனக்கு ஒரு முறை சொன்னால் புரியாதா? வந்தால் அந்த பரமனுடன் வா இல்லையேல் அப்படியே ஓடிவிடு என எச்சரித்தான். இந்த ஒருமுறை மட்டும் எனகெஞ்சிய சிவாச்சாரியாரை நோக்கி ஓடிவந்து அவரை கீழே தள்ளி ஏறி அமர்ந்தான் கஞ்சன். "அப்பனே...ஈசா....என்னை காப்பாற்று" என ஓ வென குரலெடுத்து அழைத்தார் சிவாச்சாரியார்.

வரட்டும் உன்னை காப்பாற்றவாவது இங்கு நேரில் வரட்டும் ஈசன் என கஞ்சன் சிவாச்சாரியாரை தாக்க முற்பட்டான். சிவாச்சாரியாரின் குரல் திருவலத்து தேவருக்கு கேட்டது. திருவலம் ஈசன் தன் நந்திகேசனை அழைத்து நீ சென்று கஞ்சனை வதம் செய் என உத்தரவிட்டர். வில்லில் இருந்து புறப்பட்ட அம்பு போல நந்திகேஸ்வரர் வலிமையான காளையாக மலையின் மீது ஏறி புழுதி பறக்க பாய்ந்து வந்தது. குளத்தங்கரையில் சிவாச்சாரியாரின் உடல் மீது அமர்ந்திருந்த கஞ்சனை கொம்பால் முட்டி கீழே தள்ளியது. சிவாச்சாரியாரை விட்டு மண்ணில் சாய்ந்த கஞ்சனை தனது குளம்புகளால் சின்னாபின்னமாக்கி கொம்பினால் கஞ்சன் உடலை தூக்கி காற்றாய் சுழன்றது காளை. சுழலச் சுழல கஞ்சனின் உடலில் இருந்து கைகள், கால்கள், தலை, உடம்பு என ஒவ்வொன்றும் தனித்தனியே வானத்தில் பறந்து அந்த மலையைச் சுற்றி விழுந்தது. விதியின் வசத்தால் சம்ஹாரமான கஞ்சனுக்கு நந்தியின் கூர்மையான கொம்புகள் உடலில் பட்டவுடன் அவனிடம் இருந்த ஆணவ மலம் நீங்கி நல்லறிவு ஏற்பட்டது. அதனால் அவன் விரும்பிய படி காட்சி கொடுக்க நினைத்த ஈசன், தான் மட்டுமின்றி உமையோடு சேர்ந்து காட்சி அளித்தார்.

சிதைந்து கிடந்த கஞ்சன் கண்ணீர் மல்கினான். எனக்கென்று யாரும் இல்லை இறைவா! எனக்கு எல்லாம் நீயே என இருந்துவிட்டேன். எனக்கு ஒரு ஆசை இருக்கிறது. வருடம் தோறும் எனக்கு திதி கொடுக்க என யாரும் இல்லை நீயே எனக்கு மகனாக வருடாவருடம் திதி கொடுக்க வேண்டும் என வேண்டிக்கொண்டான் கஞ்சன். அப்படியே ஆகட்டும் என வரமளித்தார் ஈசன். இப்போதும் வருடந்தோறும் திருவலம் இறைவன் கஞ்சனுக்கு இம்மலை அடிவாரத்தில் திதி கொடுப்பதாக ஐதீகம் இருக்கிறது. கஞ்சனை சாம்ஹாரம் செய்த இந்த மலை கஞ்சன்மலை என அழைக்கப்பட்டது. நாளடைவில் காஞ்சனகிரி என மருவியது.

இது போன்ற புராணக் கதைகள் நமக்கு தொன்று தொட்டு வாய்மொழியாக சொல்லப்பட்டு வந்திருக்கிறது. இந்நிகழ்வுக்கு பொருந்துவது போல கஞ்சன் உடல் பாகங்கள் விழுந்த பகுதிகளுக்கு

அவனது உடல் பாகங்களை கொண்டே பேர் இன்றும் மருவி வழக்கத்தில் உள்ளது ஆச்சர்யம் அளிக்கிறது.

சிரசு விழுந்த இடம்: சீக்க ராஜபுரம்

நெற்றி (லாடம் போன்ற) விழுந்த இடம்: லாலாபேட்டை

மார்பு விழுந்த இடம்: மருதம்பாக்கம்

குடல் பகுதி விழுந்த இடம்: குகையநல்லூர்

நரம்புகள் விழுந்த இடம்: நரசிம்மபுரம்

மணிக்கட்டு விழுந்த இடம் : மணியம்பட்டு

வலது கால்(வடக்குப் பக்கம்) விழுந்த இடம்: வடகால்

இடது கால்( தெற்குப் பக்கம்) விழுந்த இடம்: தென்கால்

திருவிழா காலங்களில் திருவலம் இறைவன் இவ்வூர்களுக்கெல்லாம் சென்று வருவது இன்றும் வழக்கத்தில் உள்ளது.

மேலும் திருவலம் கோவிலில் ஈசன் எந்த நேரத்திலும் ஆணை இடலாம் அவ்வாறு ஆணையிடும்போது உடனே விரைந்து செல்ல ஏதுவாக ஸ்வாமியை பார்த்து இராமல் திரும்பி காஞ்சனகிரி மலையை பார்த்தவாறு நந்தி இருப்பது இக்கதைக்கான ஆதாரமாக இன்றும் இருக்கிறது.

காளை குத்திக் குதறிய அசுரன் கஞ்சனின் இரத்தத் துளிகள் பட்ட இடங்களையெல்லாம் புனிதப்படுத்த சிவலிங்கங்கள் உருவானது. அத்தகைய சிவலிங்கங்கள் இந்த மலைப்பிரதேசம் முழுக்க விரவிக்கிடக்கிறது. அவ்வாறு கண்டெடுக்கப்பட்ட சிவலிங்கங்கள் தான் சற்று முன்பு நாம் வெட்டவெளியினில் தரிசித்த 1008 லிங்கங்கள். இப்போதும் இம்மலையினை தோண்டும்பகுதிகளிலெல்லாம் சுயம்புவான சிவலிங்கங்கள் கிடைத்துக் கொண்டுதான் இருக்கின்றன.

ஆஞ்சநேயர் கோவில், அய்யப்பன் கோவில் போன்றவை பிற்காலத்தில் ஏற்படுத்தப்பட்டுள்ளது. பல நூறு வருடங்களுக்கு முற்பட்ட விழுதுகள் நிறைந்த ஆலமரத்தின் அடியில்

சப்தகன்னியருக்கு கோவில் அமைந்துள்ளது, மிகத் தொன்மையான வழிபாட்டிடம் இது என அம்மரத்தின் பிரம்மாண்டமே சொல்கிறது.

இங்கிருந்து ஒரு கி.மீ தூரம் மலைப்பாதை வழியே சென்றால் ''மணிப்பாறை'' யை அடையலாம். நான்கு பேர் ஒன்றாக படுக்கும் அளவிற்கு பலகை போன்ற அமைப்புடன் இருக்கிறது மணிப்பாறை. அதன் மீது கல்லை எடுத்து தட்டினால் கோவில் மணியின் ஓசை கேட்கிறது. இந்தப் பாறை கஞ்சனின் கண்டப்பகுதி(கழுத்து) எனச் சொல்கிறார்கள்.இங்குநாம்பாறைமீதுளஎழுப்பும்மணிஓசைதிருவலம் கோயிலில் கேட்கிறதாம்.இந்த இடம் காஞ்சனகிரியின் உச்சி. இங்கிருந்து பசுமை நிறைந்த பள்ளத்தாக்கு பார்ப்பதற்கு ரம்யமாக இருக்கிறது.இந்த இடத்திற்குச் செல்லும் நடை வழி எழில்மிகுந்தும், சிறந்த மலையேற்ற அனுபவத்தை கொடுப்பதாகவும் இருக்கிறது.

அசுரனான கஞ்சனுக்கே மகனாக இருந்து திதி கொடுக்கும் கருணை உள்ளம் கொண்ட காஞ்சனகிரி ஈசன் இம்மலைக்கு வந்து பிரார்த்தனை செய்துகொள்ளும் பக்தர்களுக்கு குழந்தை வரம் அருள்பவராக இருக்கிறார். குழந்தை வரம் வேண்டும் பெண்கள் இம்மலைக்கு வந்து குளத்தில் குளித்து ஈர உடையுடன் காஞ்சனகிரி ஈசனை வலம் வந்து நாகலிங்க மரத்தின் கீழே வீற்றிருக்கும் விநாயகப் பெருமானுக்கு வாழைப்பழ மாலை அணிவித்து ஒன்பது சுற்று சுற்றி வேண்டிக்கொள்கிறார்கள். இத்தகைய வேண்டுதலால் பலன் பெற்றவர்கள் பலர்.

மேலும் வெட்டவெளியில் இருக்கும் ஆயிரத்தெட்டு லிங்கங்களுக்கு பச்சரிசி வெல்லம் கலந்து வெட்டவெளியில் வைத்து படைக்கிறார்கள். பின்னர் அதனை அப்படியே விட்டுச் செல்கிறார்கள். எறும்பு முதலான பல்வேறு உயிர்கள் அந்த அரிசி வெல்லத்தினை உட்கொண்டு மனம் நிறைந்து மக்கட் பேறு கிடைக்க வாழ்த்துவதாக ஐதீகம் இருக்கிறது.

மன அமைதி வேண்டி இம்மலைக்கு வரும் பக்தர்களின் எண்ணிக்கை நாளுக்கு நாள் அதிகரித்து வருகிறது. புத்திரபேறு

வேண்டி இத்திருத்தலத்துக்கு வரும் பக்தர்களின் வருகையும் அதிகரித்துள்ளது.

பௌர்ணமி, கார்த்திகை, பிரதோஷம், சிவராத்திரி, பிரதி திங்கள் கிழமை ஆகிய நாட்களில் இங்கு வேசேஷ பூஜை நடைபெற்று வருகிறது.

ஆச்சாள், கொன்றை, சரக்கொன்றை, மயில்கொன்றை, போன்ற மரங்கள் நிறைந்த பசுமையான இம்மலைப் பாதையில் பயணிப்பதே ஒரு சுகானுபவமாக இருக்கிறது. வாய்ப்புள்ளவர்கள் ஒருமுறை இந்த அற்புத அனுபவத்தினை பெற்று காஞ்சனகிரி ஈசனையும் சுயம்பு லிங்கங்களையும் தரிசித்து வரலாம்.

## வழி

ராணிப்பேட்டை சிப்காட்டில் இருந்து பொன்னை சாலையில் இலாலாப்பேட்டை என்கிற சிற்றூரின் வழியே இம்மலைக்குச் செல்லும் பாதையை அடையலாம். ராணிப்பேட்டை சிப்காட்டிலிருந்து 14 கி, மீ தோலைவில் இக்கோவில் அமைந்துள்ளது. மலை அடிவாரத்திலிருந்து அரைமணி நேரத்தில் சன்னதியை அடைந்துவிடலாம்.

# 10

## நீர்பழனி சிவன்

பக்தர்கள் வேண்டுதல்கள் அனைத்தையும் பூர்த்தி செய்து வைப்பவன் இறைவன். இதற்காக பரிகாரத்தலங்களுக்குச் சென்று, எண்ணிக்கையில் விளக்கேற்றுதல், மொட்டை அடித்தல், அபிசேக ஆராதனைகள் செய்தல், ஜாதக தோஷம் நிவர்த்தியாக ஜோசியர்கள் செய்யச்சொல்வதற்கு ஏற்ப பிராயச்சித்தங்கள் செய்தல், போன்றவைகளை பக்தர்கள் செய்து வருகிறார்கள்.

ஆனால், பக்தர்களின் வரவுக்காக காத்திருக்கும் எத்தனையோ ஆலயங்கள் தமிழகத்தில் இன்னும் இருக்கின்றன. இத்தகையகோயிலின் முன்னே அர்ச்சனைத் தட்டு, நெய்தீபம், மலர் மாலைகள், வியாபாரம் ஏதும் இருக்காது. இத்தனைக்கும், மன்னர்கள் காலத்தில் வேதம், வாத்யம், முழங்க ஐந்துவேளையும்பூஜைகள் நடந்து வந்த கோவில்கள் தான் இவை. வயல்கள், கிராமங்கள், ஆடு மாடுகள் என நித்ய பூஜைகள் நடக்க கோவிலுக்கு தானமாக கொடுத்த கல்வெட்டுக்கள் நிறைந்த கோவில்கள் தான் இவைகள்.இத்தகைய கோவில்கள்தற்போது, ஒரு வேளைவிளக்கு எரிக்க எண்ணெய்க்காகவும், ஒரு வேளை அமுது படைப்பிற்காகவும், எல்லாவற்றிற்கும் மேலாக திருமுறைகளும், பாசுரங்களும், மந்திரங்களும் ஒலிக்கும்குரலுக்காகவும் காத்துக்கிடக்கிறது என்பது உண்மை. அப்படியான கோவில்கள் பற்றி நாம் அறிந்து கொள்வதும், அடுத்தவர்களுக்குச் சொல்வதும், வாய்ப்பு இருந்தால் அப்பகுதிக்குச் செல்லும்போது அக்கோவிலுக்குச் சென்று தரிசனம் செய்வதும் இப்போது பக்தர்களுக்கு முன்பாக உள்ளதலையாய கடமையாகும்.

அப்படியான ஒரு கோவில் தான் "நீர் பழனி" சிவன் கோவில்.

அழகிய நீர்நிலைகள் சூழ்ந்த சிற்றூர் "நீர்பழனி" புதுக்கோட்டை மாவட்டம் கீரனூரில் இருந்து விராலிமலை செல்லும் சாலையில் இருக்கிறது இவ்வூர். காலத்தால் முற்பட்ட அழகிய கட்டமைப்புடன் கூடிய "சுபத்ரநாயகி சமேத வளர்மதீஸ்வரர்" சிவன் கோவில் இந்த ஊரில்தான் உள்ளது.

சட்டென கண்ணுக்கு புலப்படக்கூடிய வகையில் இல்லை கோவில். ஊரின் உள்ளே ஒதுக்குப் புறமான ஒரு இடத்தில் இந்த கலைப்பொக்கிஷம் இருக்கிறது. கோவிலுக்கு வழி கேட்டுச் செல்ல வேண்டும்.

ஒரு கால பூஜை மட்டும் நடைபெறும் இக்கோவில். தொல்லியல் துறையின் கட்டுப்பாட்டில் இருக்கிறது. ஒரு கோவில் அறநிலையத்துறை கையில் இருப்பதற்கும் தொல்லியல் துறை கையில் இருப்பதற்கும் பெருத்த வேறுபாடு இருக்கிறது. தொல்லியல் துறையின் கட்டுப்பாட்டில் இருக்கும் போது மிக சுத்தமாக பராமரிக்கப் படும், ஆனால் வழிபாடு தொடர்பான இதர வசதிகள் அங்கு மையப்படுத்தப்படாது.

கோவில் வளாகம் நன்கு பராமரிக்கப் படுகிறது. ஒரு பள்ளத்துக்குள் இறங்கி பார்ப்பது போலத்தான் கோவிலுக்குள் போக வேண்டும். விமானம். செங்கல் கட்டுமான மாக இருந்து இப்போது பூசி இருக்கிறார்கள்.விமானத்தில் சுதை சிற்பங்கள் ஏதும் இல்லை. கோட்டச் சிற்பங்களும் இல்லை.

ஈஸ்வரன் சன்னதிக்கு உள்ளே முகமண்டபத்தில் சாற்றி வைக்கப்பட்டு இருக்கும் ( பாதுகாப்புக்காக ) சிலைகள் பழமை வாய்ந்ததாக தெரிகிறது. பல்லவர் காலத்து சண்டேசர், முருகன், சப்தமாதர், போன்ற சிலைககளை இங்கு காணமுடிகிறது. வழக்கொழிந்து போன தெய்வை வழிபாட்டின் மிச்சமாக அற்புதமான மூத்தோள் சிற்பம் ஒன்றும் இருக்கிறது.

கோவில் கட்டுமான அமைப்பு சட்டென புரிபட வில்லை. சன்னதியை சுற்றி அரைவட்டத்துக்கு அகழி அமைப்பு இருக்கிறது. எந்த காலத்தில் கட்டப்பட்ட கோவில் என்று கட்டிடக்கலையை மட்டும் கொண்டு முடிவுக்கு வரமுடியாது. இக்கோவிலின் வடக்குச் சுவற்றில் சந்திரன் உத்திரட்டாதி நட்சத்திரத்தில் முழுமையாக இருக்கும் சந்திரகிரகணத்தன்று வடிக்கப்பட்ட கல்வெட்டு ஒன்று உள்ளது. ராஜகேசரி கண்டராதித்தன் காலத்தில் (949-959) அச்சோழமன்னனின் ஆணையின்படி பராந்தக வீரசோழன் என்கிற மகிமாலைய இருக்குவேள் அவர்களால் வடிக்கப்பட்ட கல்வேட்டு இது. இந்த குறிப்பினைக் கொண்டு இதன் காலம் 955 செப்டம்பர் நான்காம் தேதி என்று வரலாற்று ஆய்வாளர்கள் கருதுகிறார்கள்.

திரிபுவனச்சக்கரவர்த்திகள் ஸ்ரீ குலோத்துங்கச் சோழதேவர் காலத்தில் இக்கோவிலில் இருக்கும் "க்ஷேத்ரபால பிள்ளையாருக்கு சூரிய சந்திரன் உள்ள அளவிற்கு " நித்ய நிவேதனம் செய்ய "(தன் கடமை) நிலம் கொடையளித்த ஒரு கல்வெட்டும் இருக்கிறது.இன்று சூரியன் இருக்கிறது, சந்திரனும் இருக்கிறது நிவேதனம் செய்ய பக்தர்கள் இன்றி சுவற்றில் சாய்த்து வைக்கப்பட்டு இருக்கிறார் க்ஷேத்ரபாலர்.

மூலவர், அழகிய லிங்க வடிவம்.சற்றே கூம்பிய "சுயம்பு" லிங்கம். அம்பாள் சந்நிதி தனித்து இல்லாமல் முகமண்டபத்தின் ஒரு பாகமாக இருக்கிறது.வடக்கு பார்த்த சன்னதியில் சுபத்ரநாயகி அம்மன் எழுந்தருளி இருக்கிறாள்..தஞ்சை மாவட்ட பல கோவில் போல ஒரே இடத்தில் நின்று சிவனையும் உமையையும் தரிசனம் செய்யும் படியான அமைப்பு.அம்மை 5 அடிக்கும் மேலாக அழகான வடிவமைப்பு.

தொல்லியல் துறையின் கீழ் இருப்பதால் குறிப்பிட்ட பகுதிக்குள் போர் போட முடியாத நிலை.எனவே ஊர் பஞ்சாயத்தில் வரும் தண்ணீரை எதிர்பார்த்து காத்திருக்கிறார் ஈசன்.இரண்டு நாளுக்கு ஒருமுறை தண்ணீர் வருமாம்.வரும் போது பிடித்து வைத்துக்

கொண்டு அபிஷேகம் ஒரு காலம் மட்டும் நடக்கிறது. திருச்சுற்றில் கிணறு ஒன்று உள்ளது நீர் இல்லை. ஒரு காலத்தில் பெரிய அளவில் திருவிழாக்கள் நடைபெற்று இருந்திருக்கும்.

ஒரு திருச்சுற்று. விசாலமாக இருக்கிறது. அர்த்த மண்டபம் தாண்டி L வடிவத்தில் ஒரு மண்டபம் இருக்கிறது. இரண்டுக்கும் இடையே அகழி போன்ற அமைப்பு இருக்கிறது. அம்மண்டபத்தில் ஒரு சூலத்துடன் கூடிய கல்வெட்டு ஐந்து அடி உயரத்தில் நிறுத்தி இருக்கிறார்கள். பாண்டியர்காலத்தைச் சேர்ந்த விளக்கெரிக்க நிவந்தம் கொடுத்தது தொடர்பான கல்வெட்டு இது. இக்கோவிலில் பிரதானமாக கோபுரம் இல்லாத அடிக்கட்டுமானத்தில் கல்வெட்டுக்கள் இருக்கிறது. நீர்பழுனி என்னும் சொல் படிக்க முடிகிறது. பலநூற்றாண்டுகளாக பெயர் மருவி வேறு பெயராக மாறாமல் இருக்கும்சில ஊர்களில் "நீர்பழுனி"யும் ஒன்று. நீர் பழுனியை அடுத்த கிராமத்தின் பெயர் "அவ்வையார் பட்டி". பழுனிக்கும் அவ்வைப்பாட்டிக்கும் தொடர்பு இருப்பது போல இந்த நீர்பழுனிக்கும் அவ்வையார்பட்டிக்கும் ஏதேனும் தொடர்பு கதை இருக்கிறதா? என வரலாற்று ஆய்வாளர்கள் தேடலாம்

வாய்ப்பு இருப்பவர்கள் போய் வாருங்கள். கோவிலுக்கு வெளியே எதுவும் கிடைக்காது. போகும்போதே வாங்கி செல்ல வேண்டும். மலர்களும், மாலைகளும், வாங்கிச் செல்லலாம், உள்ளூரில் அர்ச்சகர் இருக்கிறார். அழைத்தால் சிரத்தையாக வந்து தரிசனம் செய்விக்கிறார்.

போகும்போது, ஒரு வேளை விளக்கெரிக்க எண்ணெய் கொண்டு போகலாம். உலகுக்கே படி அளக்கும் அப்பனுக்கும் அம்மைக்கும் ஒரு வேளைக்கு நிவேதனம் கொண்டு செல்லலாம். அந்த திறந்த வெளியில் நின்று ஈசனின் திருநாமத்தை உரக்க சொல்லலாம். அம்பாள் மட்டுமே கேட்கும்படி லலிதா சகஸ்ரநாமம் சொல்லலாம். நமக்கும் கடவுளுக்கும் இடையே யாரும் இருக்கமாட்டார்கள். நீங்களும் சுபத்ரநாயகி அம்மனும் பேசிக்கொள்ளும் சுகானுபவம் கிட்டும்.

ஒரு காலத்தில் வேத மந்திரங்கள், ஒதுவார்கள் பாடல், வாத்திய இசை என கேட்டு பழகிய அந்தக் கல் சுவர்கள் நீங்கள் சொல்லும் சிவபுராணம், திருமுறை, பதிகங்கள் கேட்டு மகிழும்.

## செல்லும் வழி:

கீரனூரில் இருந்து விராலிமலை செல்லும் வழியில் 7 கிமீ தூரத்தில் உள்ளது நீர்பழனி.

நடை திறந்திருக்கும் நேரம்:

காலை 7.00 முதல் 10.00 வரை ஒரு வேளை மட்டும். பிரதோஷ நாட்களில் மாலை 4.00 முதல் 6.30 வரை திறந்திருக்கும்.

# 11

# லால்குடி ஆச்சிராமவல்லி

தாய் தெய்வ வழிபாடு நம்நாட்டில் தொன்று தொட்டு இருந்து வருகிறது. சக்தி வழிபாடு, சாக்தம், என்கிற பெயர்களில் அழைக்கப்படும் இத்தகைய வழிபாட்டின் மூலக்கூறாக நமக்கு அறியக்கிடைப்பது சப்தகன்னியர்,என்றும், கன்னிமார், என்றும் அழைக்கப்படும் தாய் தெய்வ வழிபாடு. நம்நாட்டில் பல்வேறு பெயர்களில் அமைந்திருக்கும் சிறுதெய்வக் கோவில்களில் மூலவராக சப்தகன்னியர் சிலாரூபம் தான் வழிபாட்டில் இருந்துவருகிறது.

ஏழுகன்னியரின் திருப்பெயர்களாக ப்ராஹ்மி, மகஸ்வரி, கௌமாரி, வைஷ்ணவி, வராஹி, இந்திராணி என்று கருதப்பட்டாலும், ஒவ்வொரு ஊருக்கும் கிராமதேவையாக வெவ்வேறு பெயர்களில் தாய்தெய்வ வழிபாடு இருந்துவருகிறது. செல்லிஅம்மன், ஒந்தாயம்மன்,இப்படியெல்லாம் அழைக்கப்படும் கிராமக்கோவில்களில் மூலவராக சப்த கன்னியர் சில இடங்களில் இருக்கின்றன, இந்த எழுவரில் எதேனும் ஒரு தெய்வம் பிரதானமாக அக்கோவில்களில் வழிபடப்படுகின்றன. அப்படியான ஒரு கோவில்தான் ஸ்ரீ ஆச்சிராமவல்லி அம்மன் ஆலயம். திருச்சிமாவட்டம் அன்பிலுக்கு அருகில் இருக்கிறது.அடர்ந்த பனைமரக்காட்டுக்குள் பல்வேறு கிராம தெய்வங்களின் கோவில்கள் ஒரே வளாகத்தில் அமைந்திருகிறது.சப்த கன்னியரில் நான்காவதாக விளங்கும் வைஷ்ணவியே இங்கு ஆச்சிராமவல்லி என்னும்திருப்பெயரில் பிரதான தெய்வமாகக் கோவில்கொண்டுள்ளாள்.

ஆச்சிராமவல்லி என்னும் இந்தப்பெயருக்குப் பின்னால் ஒரு வரலாறு இருக்கிறது. திருச்சியிலிருந்து சேலம் செல்லும் சாலையில் திருவாசி என்னும் ஊர் இருக்கிறது. தேவரப்பாடல் பெற்ற சிவஸ்தலம் இது. இவ்வூர் பாச்சில் கூற்றத்திற்கு உட்பட்டது. பாச்சிலில் இருக்கும் சிவாலயம் ஆச்சிராமம் எனப் பெயர்பெற்றது. பாச்சில் கூற்றத்து ஆச்சிராமம் ஆகையால் பாச்சிலாச்சிராமம் என்று பெயர் பெற்றதாக வரலாற்றாளர்கள் குறிப்பிடுகிறார்கள். இந்த ஊரில்தான் முன்பு ஆச்சிராமவல்லி என்னும் இத்தாய் தெய்வவழிபாடு இருந்துள்ளது. ஆச்சிராமத்துக்கு உரிய தாய்தெய்வம் ஆகையால் ஆச்சிராமவல்லி என்று அழைப்பட்டுள்ளது. அய்யன் வாய்க்கால் கரையில் இக்கோவில் சிறிய அளவில் இப்போது இருக்கிறது.

இங்கிருந்த ஆச்சிராமவல்லி அம்மன் தாய் தெய்வ வழிபாடு எப்படி அன்பிலுக்கு இடம்பெயர்ந்தது என்பதற்கு பல கர்ணபரம்பரைக் கதைகள் சொல்லப்படுகிறது. வெள்ளத்தில் அடித்துவரப்பட்ட ஆச்சிராமவல்லியின் சிலாரூபம் கொள்ளிடக்கரையான இலால்குடியில் இப்போதுள்ள பகுதியின் அருகில் கரையொதுங்கியது அதன்பின் நம் ஊரை காக்க வந்த தெய்வம் என கொண்டாடி அவ்வூர் மக்கள் ஓலைப்பிடாரி, ஊமைப்பிடாரி, செவிட்டுபிடாரி, ஆகிய கிராம தேவதைகளுடன் பிரதிஷ்டை செய்து வழிபட்டு வந்துள்ளனர். பின்னர் அம்மனின் உத்தரவின் படி தனிகோவில் கட்டி வழிபாடு செய்து வருகின்றனர்.

தனிக்கோவில் எழுப்பியதன் பின்னணியில் வணிகர்களின் பங்களிப்பும் இருக்கிறது. இந்த வழியாக சரக்குகள் ஏற்றிய வாகனத்தில் கும்பகோணம் சென்ற வணிகர்கள் ஓலைக்கொட்டகையாய் இருந்த இக்கோவில் அமைந்திருந்த பனந்தோப்பில் மாடுகளை அவிழ்த்து இளைப்பாறிய போது ஆச்சிராமவல்லி அம்மன் சிறுபெண்போல வந்து வண்டியில் என்ன பொருட்கள் உள்ளன என்று கேட்க, அக்காலத்தில் அப்பகுதியில் இருந்த கள்வர் பயத்தின் காரணமாகவும் கேட்பது சிறுமிதானே என்கிற அலட்சியத்தின் காரணமாகவும் மூடைகள் எல்லாம் தவிடுதான் இருக்கிறது என்று வணிகர்கள் கூறினர். பின்னர் அவ்விடம் விட்டு கிளம்பிய வணிகர்கள் கும்பகோணம்

சென்று வண்டியில் இருந்த மூடைகளை அவிழ்த்துப் பார்த்தபோது எல்லாமே உண்மையில் தவிடாக இருப்பதைக்கண்டு அதிர்ச்சி அடைந்தார்கள். சிறுமி உருவில் வந்தவள் ஆச்சிராமவல்லியே என்பதை உணர்ந்து, தங்களை காத்து ரட்சிக்க வேண்டிக்கொண்டனர். பின்னர் அவர்களே ஓலைகொட்டகையில் இருந்த ஆச்சிராமவல்லி அம்மனுக்கு கற்கோவிலை எழுப்பினர்.

வடக்குப்பார்த்த கருவறை அமைந்த கோவில் எழிலுற கட்டப்பட்டுள்ளது. ஒரு திருச்சுற்று கொண்டு விளங்குகிறது. கோவிலின் இடதுபுறம் ஸ்ரீ நம்பியப்பர் திருக்கோவில் இருக்கிறது. ஸ்ரீநம்பியப்பர் என்று வழிபடப்படும் இக்கிராம தெய்வத்தின் சிலை ஓர் நவகண்டச் சிற்பம். தன் உடலில் உள்ள ஒன்பது இடங்களில் உள்ள சதையினை தானே வெட்டி தெய்வத்திற்கு படைக்கும் வழக்கத்தின் காரணமாக நவகண்டச்சிற்பம் என்னும் பெயர் பெறுகிறது இத்தகைய சிற்பங்கள். தமிழகத்தில் பல்வேறு இடங்களில் தொல்லியலாலர்களால் ஆவணப்படுத்தப்பட்டுள்ளன. இப்படியான ஒரு நவகண்டச்சிற்பங்கள் தூண்களிலோ, அல்லது நடப்பட்ட தனித்த சிலைகளாகவோ, துர்க்கைஅம்மன் சிலாரூபத்தின் அருகிலோ, இருக்கும். ஆனால் தனி சன்னிதி கொண்ட கோவிலாக இருப்பது இங்கு சிறப்பான அம்சமாகும். நேர்த்திக்கடன், வேண்டுதல்கள், உறவுகளுக்காக, மன்னனுக்காக, போர் வெற்றிக்காக, எதிர்ப்பைக் காட்ட, என பல்வேறு காரணங்கள் இப்படியான தியாகத்திற்குப் பின்னே இருக்கும். இவ்வாறு தியாகம் செய்த வீரர்கள் அவ்வூர் மக்களால் காவல்தெய்வமாக வழிபடப்படுவது வழக்கம். பெரும்பாலும் இத்தகைய சிலையாக உள்ளவர் யார்? அவரது பெயர் என்ன? என்ன காரணத்திற்காக இப்படிப்பட்ட தியாகத்தை செய்தார் என்பது எளிதில் அறியமுடியாது. ஒரு சில சிற்பங்களில் மட்டும் எதேனும் எழுத்து பொறிக்கப்பட்டு இருக்கும். ஆனால் ஸ்ரீநம்பியப்பர் என்னும் திருப்பெயரோடு தனியே கோவில்கொண்டு இன்றளவும் சிறந்த வழிபாட்டிடமாக இருக்கிறது இக்கோவில். ஸ்ரீநம்பியப்பர் பற்றிய ஆதாரப்பூர்வமான வரலாற்றுத்தரவுகள் ஏதும் இதுவரை இல்லை. மக்களிடையே தொன்றுதொட்டு இருந்துவரும்

செவிவழிக்கதைகளின் மூலம் இவர் காஞ்சிபுரத்திலிருந்து வந்தவர் என்றும் நெற்றியில் திருமண் அனிந்துள்ளதால் வைணவமரபினர் என்றும் தெரியவருகிறது. கீழ் அன்பில் கோவில் கோபுரத்திலிருந்தபடி தன் கையில் இருந்த குறுவாளை தன் கழுத்தில் பாய்ச்சி தன்னையே தியாகம் செய்து கொண்டுள்ளார். இன்றும் கீழன்பில் சிவாலயத்துக்கு முன் நம்பியப்பர் பட்டவன் கல் ஒன்று உள்ளது. விழாக்காலங்களில் அவ்விடத்தில் படையலுடன் கூடிய பூஜை நடத்தப்படுகிறது.

திருச்சுற்றில் ஸ்ரீ சாம்பான், ஸ்ரீ காத்தவ்வராயன், சப்தகன்னியர், ஸ்ரீ எதுமலை ஸ்வாமி, ஸ்ரீ பெரியகாண்டியம்மன், ஸ்ரீ கம்பராயன், ஸ்ரீ சன்னாசியார், வீரமலைப் பாண்டி, செல்லப்பெருமாள், ஸ்ரீ வன்னியனார் ஸ்வாமி ஆகியோருக்கு தனித்தனிச் சன்னதி இருக்கிறது.

மூலவர் சன்னதியின் பக்கச் சுவற்றில் ஓர் ஆங்கிலக் கல்வெட்டு பதிக்கப் பட்டு இருக்கிறது. கோவிலுக்கு வழங்கப்பட்ட 18 ஏக்கர் நிலம் தொடர்பான பட்டயத்தின் நகல் என குறிப்பிடப்பட்டு உள்ளது.

அழகிய சூழலில் பனைமரக்காட்டிற்கு இடையே அமைந்துள்ள இக்கோவிலுக்கு பல்வேறு நேர்த்திக்கடனை செலுத்த நாட்டின் பலபகுதிகளில் இருந்தும் பக்தர்கள்வந்த வண்ணம் உள்ளனர்.

திருச்சியில் இருந்து லால்குடிசெல்லும் பாதையில் லால்குடிக்கு சற்று முன்பாக இடது புறம் சாலையோரம் ஆச்சிராமவல்லி அம்மன் ஆலைய வளைவு வரும், அங்கிருந்து நடந்து செல்லும் தூரத்தில் கோவில் உள்ளது.

# 12

# திருவானைக்கா - மூக்கறுந்த விநாயகர்:

தமிழகத்தில் மிகவேகமாகவும், அதிகமாகவும், பரவிய சிலைவழிபாடு எனில் அது பிள்ளையார் தான். ''பிடித்து வைத்தால் பிள்ளையார்'' என்கிற சொற்றொடருக்கு ஏற்ப சாலை ஓரமும், மரத்தடியிலும், ஆற்றங்கரையிலும், கிராமம், நகரம், பேருந்து நிலையம், ரயில்நிலையம், கல்வி வளாகங்கள், அரசு அலுவலகங்கள் என காணும் இடங்களில் எல்லாம் எழுந்தருளி இருக்கும் ''குழந்தைசாமி'' என்று மக்களால் கொண்டாடப்படும் விநாயகர் தமிழக மக்களின் இஷ்டதெய்வமாக இருக்கிறார்.

புராணகதைகளாக இருந்தாலும், சிதறு தேங்காய் உடைப்பது, சாணியில் பிடித்து வைத்தல், மஞ்சளில் பிடித்து வைத்தல், எனஎல்லாவற்றுக்கு பின்னரும் ஒரு சுவாரஸ்யமான கதை பிள்ளையாருக்கு இருக்கும்.

பெரிய அளவில் ஆகமம், சாஸ்திரம், ஏதும் இன்றி எளியவர்களின் இஷ்ட தெய்வமாக விளங்கும் விநாயகர் பல இடங்களில் விநோதமான காரணப்பெயர்கொண்டு விளங்குகிறார். எவ்வளவு எளியவராக காட்சி தந்தாலும் மக்களுக்கு அருள்வதில் விநாயகரைப் போன்ற வரப்பிரசாதி யாரும் இல்லை. அப்படியான விநாயகர் பற்றிய சுவாரஸ்யமான செய்திகளை பார்க்கலாமா?

திருச்சி திருவானைக்காவல் வடக்கு உள்வீதி ''சங்கர மடத்தினை'' அடுத்து உள்ள திருவள்ளுவர் தெருவில் கோவில்

கொண்டுள்ளவர் தான்" வெற்றி மூக்கறுந்த விநாயகர்". விநோதமான திருப்பெயரை கொண்டுள்ள இந்த விநாயகர் ஆலய வரலாற்றினை பார்ப்போம்.

பஞ்ச பூத ஷேத்ரத்தில் அப்பு ஷேத்ரமாக விளங்கும் திருவானைக்காவல் அருள்மிகு ஜம்புகேஸ்வரர் கோவிலில் அருள் பாலிக்கும் ஸ்ரீ அகிலாண்டேஸ்வரி அம்மன் ஒரு சமயம் உக்கிரமாக இருந்த பொழுது ஆதிசங்கரர் அம்மையை சாந்தப்படுத்த சக்கரம் பொறித்த தாடங்கத்தினை பிரதிஷ்டை செய்துள்ளார்,(தாடங்கம் என்னும் காதில் அணியும் ஆபரணத்தில் ஸ்ரீசக்கரம் பிரதிஷ்டை செய்வது) அப்போது தாயின் எதிரே மகன் இருந்தால் உக்கிரம் குறைந்துவிடும் என்று கருதிய ஆதிசங்கரர் அம்மன் பார்வைக்கு நேர் எதிரே அந்த உயரத்திற்கு ஏற்றார் போல கொடிமரத்தின் பின்னால் ஒரு பிரம்மாண்ட விநாயகர் சிலையையும் ஸ்தாபித்து உள்ளார்.

காலப்போக்கில் அந்நியர் படையெடுப்பின்காரணமாக கோவில்களில் கொள்ளை அடிப்பது, சிலைகளை சேதப்படுத்துவது என்று நிகழ்ந்த போது ஆதிசங்கரரால் நிர்மாணிக்கப்பட்ட விநாயகர் சிலை சேதப்படுத்தப்பட்டது. மிகப்பெரிய அளவில் சேதம் அடைந்த அந்தசிலையினை பிற்காலத்தில் அப்புறப்படுத்திவிட்டு புதிய சிலையினை பிரதிஷ்டை செய்துள்ளனர்.

ஆதிசங்கரர் விநாயகர சிலை பிரதிஷ்டை செய்த தகவல் ஸ்ரீ ஜகத்குரு திவ்ய சரித்திரம் நூலில் குறிப்பிடப்பட்டுள்ளது. ஆனால் ஸ்ரீரங்கம் கோவிலின் வரலாற்றை பதிவு செய்து வைத்துள்ள "கோவில் ஒழுகு" போன்ற ஆவணங்கள் திருவானைக்காவல் கோவிலுக்கு இல்லாததால் பின்னர் சேதப்படுத்தப்பட்ட வரலாறும் மாற்று சிலை நிர்மாணிக்கப்பட்ட வரலாறும் ஆவணப்படுத்தப்படாமல் மக்களிடம் தொன்றுதொட்டு வாய்வழிக்கதையாகவே இன்றளவும் இருக்கிறது. ஆனாலும் ஐந்து அடிக்கும் மேற்பட்ட உயரத்தில் மிக அற்புதமாக வடிவமைக்கப்பட்டு இப்போதும் இருக்கும் இந்த சிலை மட்டுமே வரலாற்றின் சாட்சியாக நம்முன்னே இருக்கிறது.

பின்னமான சிலை ஆகம விதிகளின்படி கோவில்களில் வழிபாட்டிற்கு உகந்தது அல்ல என்கிற காரணத்தால் சிலையினை இப்பொது உள்ள சங்கர மடத்திற்கு அருகில் வைத்துள்ளனர், நீண்ட காலமாக சாலை ஓரமாக கிடந்தது பின்னமான விநாயகர் சிலை. அந்தப் பகுதி குழந்தைகளும், மக்களும் ஒரு அடையாளமாக குறிப்பிடும் "மூக்கறுந்த விநாயகர் " என்கிற காரணப்பெயர் வழக்கத்திற்கு வந்தது. பின்னமான சிலை என்றாலும் அந்தப் பகுதி மக்கள் சாலை ஓரம் இருந்த அந்த விநாயகருக்கு விளக்கு ஏற்றுவது, கற்பூரம் ஏற்றுவது, போன்றவைகள் செய்து வந்துள்ளனர்.குறிப்பாக பள்ளிக்குச் செல்லும் குழந்தைகளின் இஷ்ட தெய்வமாக ஆனார் இந்த விநாயகர். "சாமி நான் பாஸாகனும்" ன்னு வேண்டிகிட்டு பரிட்சைக்குப் போனால் கண்டிப்பாக பாஸாகிவிடுவோம் என்கிறார் அந்த வீதியில் வசிக்கும் ஒரு முதியவர். மகாபெரியவா சங்கர மடத்துக்கு வரும் போதெல்லாம் மடத்தின் பின்வாசல் வழியாக வந்து பஞ்சமுகேஸ்வரர் கோவிலுக்கு எதிரே சாலையின் ஓரம் இருந்த இந்த விநாயகர் சிலையின் அருகே அமர்ந்து தியானத்தில் இருப்பாராம்.

மூக்கறுந்த விநாயகரிடம் வேண்டிக்கொண்டால் அப்படியே நடந்து விடுகிறது என்கிற செய்தி அந்த சுற்றுவட்டாரம் முழுவதும் பரவியது. காலையும் மாலையும் தொடர்ந்து பக்தர்கள் வருகை அதிகரிக்க ஆரம்பித்தது. வேண்டிக்கொள்வதும் பிரார்த்தனை நிறைவேறியதும் வாழைப்பழமாலை அணிவிப்பது, பொங்கல், மோதகம்,சுண்டல், படைத்து அப்பகுதி மக்களுக்கு விநியோகிப்பது என ஒரு கோவிலுக்கு உரிய அத்தனை அம்சங்களும் கூடிவந்த போது, பின்னமான சிலைக்கு வழிபாடுகள் செய்யக்கூடாது என யாரோ சொல்ல அப்போது சங்கரமடத்துக்கு வந்திருந்த ஸ்ரீ ஜெயேந்திரசரஸ்வதி ஸ்வாமிகளிடம் அப்பகுதி மக்கள் ஒன்று கூடி முறையிட்டுள்ளனர்.

இவ்வளவு நாள் உங்களின் கோரிக்கைகளை எல்லாம் நிறைவேற்றித் தந்த இந்த பிள்ளையார் வழிபாட்டை நிறுத்த வேண்டாம். நம்வீட்டில் ஒரு குழந்தை ஊனமாக இருந்தால் என்ன

செய்வோம்? பராமரிக்காமல் விட்டு விடுவோமா? அதனால் பின்னமில்லாத ஒரு சிறு விநாயகரை இந்த விநாயகருக்கு முன்பாக பிரதிஷ்ட்டை செய்து கும்பாபிஷேகம் செய்யுங்கள். அபிஷேகம், ஆராதனை, நெய்வேத்யம் எல்லாம் புதிய விநாயகருக்கு செய்வது போலவே முந்தைய விநாயகருக்கும் செய்யவேண்டும் என ஸ்வாமிகள் கேட்டுக்கொண்டதற்கு இணங்க, புதியதாய் ஒரு விநாயகர் விக்ரகம் செய்து பிரதிஷ்ட்டை செய்து முந்தைய பெயரை மாற்றாமல் வேண்டிக்கொண்ட அனைத்தையும் வெற்றியாக்கித் தரும்இக்கோவிலுக்கு "வெற்றிமூக்கறுந்தவிநாயகர்"எனபெயரிட்டு கும்பாபிசேகமும் நடத்தி உள்ளனர் இப்பகுதி மக்கள். இன்றும் ஒரு நாள் கூட வாழைப்பழ மாலை அணியாமல் இருந்ததில்லை இந்த விநாயகர்.கடன் நிவாரணம், வேலை கிடைக்க, திருமணம் ஆக, தேர்வில் தேர்ச்சிபெற, தொலைந்து போனது கிடைக்க, என பக்தர்கள் வேண்டிக்கொள்கிறார்கள், வேண்டுதல்களை நிறைவேற்றிய வண்ணம் இங்கு கோவில் கொண்டு அருள் பாலிக்கிறார் விநாயகர் என்கிறார் 1977 லிருந்து இந்த கோவிலுக்கு கைங்கர்யம் செய்து வரும் திரு, குமார் அவர்கள்.

ஐந்து அடிக்கும் சற்று மேலான சிலை வடிவமைப்பு. வலது காலை மடக்கி இடது பாதம் தெரிவது போல அமர்ந்த நிலை. இரண்டு கைகளா? நான்கு கைகளா என அறிய இயலாத அளவிற்கு சிதைத்து உள்ளனர். துதிக்கை இல்லை உடைக்கப்பட்டுள்ளது. தந்தங்களின் சிறிய பகுதி மட்டும் வெளியே தெரிகிறது. வலது கரமும் வலது காதும் முற்றிலுமாக சேதப்படுத்தியுள்ளனர்.பிள்ளையாரின் முகம் அசலாக ஒரு யானையின் தலையின் வடிவமைப்பில் இருக்கிறது அத்தனை பெரியது.அபிசேக நேரத்தில் நேரில் பார்க்கும் போது பேரழகாக இருக்கிறார் பிள்ளையார்,ஒரு குட்டி யானை அமர்ந்திருப்பது போன்று தோற்றம் அளிக்கிறது. இவ்வளவு அழகான சிலா ரூபத்தை சேதப்படுத்த எப்படித்தான் மனம் வந்ததோ தெரியவில்லை அன்னியர்களுக்கு.

சங்கடஹர சதுர்த்தி, விநாயகர் சதுர்த்தி போன்ற நாட்களில் விசேஷ அபிசேக ஆராதனைகள் நடை பெற்று வருகிறது.

திருவானைக்காவல் செல்லும் பக்தர்கள் இந்த அற்புத விநாயகரை தரிசிக்க மறக்காதீர்கள். தீராத நோய்களை தீர்ப்பவராகவும், எடுத்த காரியங்கள் அனைத்திலும் வெற்றி அளிப்பவராகவும், வீற்றிருந்து வரம் கொடுத்து அருள்பாலித்து வரும் "வெற்றி மூக்கறுந்த விநாய்கர்"ரை தரிசித்து அருள் பெருவீர்.

கோவில் திறந்திருக்கும் நேரம்: காலை 5.30 -10.30 மாலை 5.00 – 7.30

இடம்: திருவானைக்காவல், வடக்கு உள்வீதி, சங்கரமடத்தை அடுத்து உள்ள திருவள்ளுவர் தெரு, பஞ்சமுகேஸ்வரர் கோவில் நேர் எதிரே.

# 13

# டி.கொளத்தூர் கிண்ணி விநாயகர்.

விழுப்புரம் மாவட்டம் டி.கொளத்தூர் என்பது வரலாற்றுச் சிறப்பு மிக்க கிராமம். கிருஷ்ணம நாயக்கன் என்பவன் செஞ்சியினை ஆண்டு வரும் காலத்து விழுப்புரம் மாவட்டத்திலுல்ள "கொளத்தூர்" என்ற ஊரினைத் தனது "நந்தன" வருட ஆட்சியில் காசி விஸ்வநாத புரமாகப் பெயர் மாற்றித் தானமாக சண்டேஸ்வர விஸ்வநாத இறைவர்களுக்கு கொடுத்துள்ளார்.(193/1940-41 இந்திய கல்வெட்டு) இது சரியாக கி.பி 1592 ஆம் வருடம் ஆகும். – (ஆதாரம் ''திருநாவலூர்'' நூல் ஆசிரியர்.ச.பரணர்.பக்கம் 23.)

இந்த டி.கொளத்தூர் கிராமத்தின் உள்ளே நுழையும் போது நாம் இந்த விநயகர் கோவிலை தான் முதலில் எதிர்கொள்வோம். "கிண்ணி விநாயகர்" கோவில் என்கிற பெயருடன் விளங்கும் இந்த கோவிலின் வாசலில் ஒவ்வொருவரும் தன்னை தானே சுற்றிக்கொண்டு வலது குதிகாலை ஊன்றி வட்டமாக மண்ணில் மூன்று முறை அடையாளம் செய்கிறார்கள்.அவ்வாறு மண்ணில் அடையாளப்படுத்தப்படுவதை ''கிண்ணி போடுவது ''என்கிறார்கள். நமக்கு வேண்டியதை மனதில் வேண்டிக்கொண்டு இப்படி மூன்றுதரம் கிண்ணி போடுவதால் எண்ணிய எண்ணம் ஈடேறும் என்னும் நம்பிக்கை இவ்வூர் மக்களுக்கு இருக்கிறது. கிண்ணி என்பதன் நேரடி பொருள்களில் ஒன்று கிண்ணம். கிண்ணம் போன்ற ஒரு அமைப்பை பூமியில் ஏற்படுத்துவதன் காரணமாக இந்தப் பெயர் வந்திருக்கலாம். இது தொடர்பாக ஊர் பெரியவர் திரு.துரைமணி அவர்களை தொடர்பு

கொண்டு வித்யாசமான பெயராக இருக்கிறதே ''கிண்ணி விநாயகர்'' கிண்ணி போடும் வழக்கம் எப்படி வந்தது என்று கேட்டேன்.

உள்ளே இருக்கும் விநாயகர் சுயம்பு, பிற்காலத்தில் உடன் இன்னொரு விநாயகர் செய்து பிரதிஷ்டை செய்தார்கள். அந்த காலத்தில் கோவிலை சுற்றி வர வழி இல்லை. எனவே ''ஆத்ம பிரதட்சிணமாக'' சுற்றிக்கொள்ள ஆரம்பித்து அதுவே பின்னர் வழக்கம் ஆகிவிட்டது என்றார்.

இன்னும் சிலர் சுயம்புவான பிள்ளையார் சிலையை ஊரில் மழை பொழியாவிட்டால் எடுத்து பக்கத்தில் உள்ள குளத்தில் போட்டு விடுவார்கள் அந்தக் காலத்தில். அப்படி எடுத்து போடும் காலத்தில் வெட்ட வெளியில் இருந்த பிள்ளையார் இருந்த இடம் மறையாமல் இருக்க அடையாளத்துக்காக வட்டமாக சிலையாலேயே பூமியில் திருகி அடையாளம் இட்டு வைத்தனர்.அது போன்ற சமயங்களில் அவ்விடத்தை கடக்கும்மக்கள் சாமி இல்லாத இடத்தில் சாமி இருப்பதாக நினைத்து தாங்களும் காலால் கிண்ணி போட்டு வேண்டிக்கொண்டு சென்றுள்ளனர். எப்படி சண்டிகேஸ்வரரிடம் நாம் வந்து போனதை சொல்லி வருகிறோமோ அது போல தங்கள் வருகையை இறைவனுக்கு தெரிவிக்கும் ஒரு வழிமுறை இது என்றார்கள்.

காலால் கிண்ணி போட்டுக் கொண்டு இருந்த ஒரு இளைஞரிடம் கேட்டபோது, தெரியலை எங்க பெரியவங்க செய்வாங்க நாங்களும் செய்கிறோம் என்றார்.

இது எப்படி ஆகினும் நம்பிக்கையுடன் வேண்டிக்கொள்ளும் அனைவருக்கும் வேண்டிய வரங்கள் அளித்து அருள்பாலித்து வரும் ''கிண்ணி விநாயகரை'' வணங்காமல் எந்த காரியத்தையும் செய்வதில்லை. இவ்வூர் மக்களின் ஆதர்ஸ தெய்வம் இவர். இக்கோவிலுக்கு பின் புறம் தங்கள் தேர்வு எண்ணை எழுதியிருக்கும் இவ்வூர் மாணவமாணவிகள் வெறும் எண்களை மட்டும் அல்ல நம்பிக்கையையும் சேர்த்து எழுதியிருக்கிறார்கள். உலகின்பல பகுதிகளில் இவ்வூரை பூர்வீகமாகக் கொண்ட மக்கள் வசித்து

வருகிறார்கள். எந்த தேசத்தில் இருந்தாலும் தங்கள் வீட்டு சுபகாரியங்கள் எது நிகழ்ந்தாலும் இந்த கிண்ணி விநாயகருக்கு அபிஷேகம் ஆராதனை செய்யாமல் இவர்கள் துவங்குவதில்லை.

## வழி

விழுப்புரம் மாவட்டம் மடப்பட்டிலிருந்து திருக்கோவிலூர் செல்லும் வழியில் இருக்கிறது டி.கொளத்தூர் மைய சாலையில் இருந்து மூன்று கி.மீ உள்ளே செல்லவேண்டும், பஸ் வசதி உள்ளது..

நடை திறந்திருக்கும் நேரம்.

காலை ஒருவேளை மட்டும் பூஜை, பூசாரி உள்ளூரில் இருக்கிறார்.

# 14

## நார்த்தாமலை மூழ்கிக்கிடக்கும் சிவன்

புதுக்கோட்டை மாவட்டத்தில் உள்ள நார்த்தாமலை பல்வேறு வரலாற்றுச் சிறப்புமிக்க நினைவுச்சின்னங்களைக் கொண்டது. இந்த மலையின் மீது எப்போதும் தண்ணீர் தேங்கியிருக்கும் சுனை ஒன்று உள்ளது. அந்த சுனையின் மேற்குப்பாறையில் ஒரு குடைவரை கோவில் உள்ளது எனவும் அதில் ஒரு சிவலிங்கம் ஒன்று தாய்ப்பாறையில் செதுக்கப்பட்டுள்ளது என்றும் வரலாற்றுத்தகவல்கள் சொல்கின்றனர். கிபி ஏழாம் நூற்றாண்டு காலமாக கருதப்படும் இக்குடைவரைக்கு மேலே உள்ள பாறையில் ஒரு நீள கல்வெட்டு ஒன்று வடிக்கப்பட்டுள்ளது. அதன் அருகே சூலமும், மழுவும் கொண்ட ஒரு சின்னமும் பொறிக்கப்பட்டுள்ளது. அந்தக் கல்வெட்டில் தொண்டைமான் மன்னர் இக்குடைவரை கோவிலில் வழிபாடு செய்த செய்தி பொறிக்கப்பட்டு உள்ளதாக சொல்கிறார்கள். ஜகத்குரு சந்திரசேகரேந்திர சரஸ்வதி மகாபெரியவர் அவர்கள் பயணங்கள் குறித்த தொகுப்பான "ஸ்ரீ ஜகத்குரு திவ்ய சரித்ரம்" நூலில் 1924 ஆம் ஆண்டு புதுக்கோட்டை மாவட்டத்திற்கு பெரியவர் விஜயம் செய்தபோது சித்தன்ன வாசல், நார்த்தாமலை ஆகிய மலைகளின் மேலே உள்ள சுனைகளின் நீருக்கு அடியில் பாறையில் குடையப்பட்டுள்ள குடைவரைகோவில்களின் நீரை பொதுமக்கள் உதவியுடன் வெளியேற்றி உள்ளிருக்கும் சிவலிங்கமூர்த்திக்கு அபிஷேகம், பூஜை ஆகியவைகளை செய்தார் என்று குறிப்பிடப்பட்டுள்ளது. கடைசியாக 1976 ஆம் ஆண்டு ஊர் மக்கள் கூடி நீரை வெளியேற்றி லிங்கத்திருமேனிக்கு பூஜை

செய்துள்ளனர். அதன்பின் ஒரு தலைமுறையே இதுவரை அந்த குடைவரை கோவிலையும், லிங்கத்தையும் தரிசித்திருக்கவில்லை. கடந்த ஒருவாரமாக தன்னார்வ அமைப்பினர், ஊர் மக்கள் அனைவரும் ஒன்று கூடி தொல்லியல் துறையின் அனுமதி பெற்று சுனை நீரை வெளியேற்றும் பணியில் ஈடுபட்டனர். 40 மணிநேரம் மோட்டார் கொண்டு தண்ணீரை வெளியேற்றியபின் குடைவரையின் தலைப்பாகம் தெரிய ஆரம்பித்தது. அதன்பின் தான் அத்திருப்பணியில் ஈடுபட்டவர்களுக்கு பெரும் சிரமம் ஏற்பட்டது. பிரதோஷ தினமான 3.1.19அன்று முழுமையாக நீரை வெளியேற்றி பிரதோஷ வழிபாடு நடத்தைவிட வேண்டும் என்று மெய்யன்பர்கள் நினைத்திருந்தார்கள்.

ஆனால் நான்கு அடிக்கு மேலாக சேறும் சகதியுமாக இருந்தது. இருக்கின்ற மனித சக்தி அதனை வெளியேற்றப்போதாது என்று தெரிந்தது. ஊர் கூடியது, ஒவ்வொரு வீட்டிலிருந்தும் ஆட்களை அனுப்பினர், தன்னார்வ தொண்டு அமைப்பினரும் ஈடுபட்டனர், 100 நாள் வேலை திட்ட உறுப்பினர்களும் களத்தில் இறக்கப்பட்டனர். பிறகு சொல்ல வெண்டுமா, ஊர் கூடி தேர் இழுத்தால் நகராத தேரும் உண்டோ? இன்று 4.1.19 காலை லிங்கத்தின் பாணம் முழுதும் தெரியத்துவங்கிவிட்டது. கிழக்கு நோக்கிய கருவறையில் சூரியன் தனது கதிர்களை லிங்கத்தின் மீது விழச்செய்த அந்த அற்புத காட்சியை கண்டு மெய்சிலிர்த்துப்போனோம். நம் வாழ்நாளில் இந்த குடைவரை கோவிலை பார்ப்பது என்பதும், உள்ளிருக்கும் சிவனை தரிசிப்பது என்பதும் நமக்கு கொடுப்பினை. மீண்டும் ஊற்றெடுத்தோ, அல்லது மழைபொழிந்தோ இந்த சுனை நீர் நிரம்பிவிடலாம். ஆதிகாலத்தில் பல்லவர், முற்காலப்பாண்டியர் காலத்தில் திருவானைக்காவல் ஈசனும் எட்டடி ஆழம் உள்ள தொட்டி போன்ற அமைப்பில் நீருக்குள் தான் இருந்துள்ளதாக வரலாற்று அறிஞர்கள் குறிப்பிடுகிறார்கள். அப்பர் அடிகளும் நீர்த் திரளான பரம்பொருளைச் சுற்றி எப்பொழுதும் தண்ணீர் இருந்தால் திருவானைக் காவுளானைச் செழு நீர்த் திரளை என்று ஒரு பதிகம் முழுவதும் போற்றுகிறார். நம் காலத்தில் அதனை பார்த்ததில்லை.

இப்போது உண்மையில் நம் கண்ணெதிரே நீருக்குள்ளேயே மூழ்கியிருந்த அற்புதமான இந்த அப்புலிங்கத்தினை அவன் அருளாளே அவன் தாள் வணங்கும் பாக்கியம் பெறுவோம்.

நார்த்தாமலை செல்பவர்கள் ஒரு நாள் முழுதுக்குமான முன்னேற்பாட்டுடன் செல்வது நல்லது. கி பி 872 ல் குடையப்பட்ட வரலாற்றுச் சிறப்புமிக்க பழையிலிச்வரம் குடைவரை சிவன் கோவில் காணவேண்டிய ஒன்று. ராஜராஜசோழனுக்கு முற்பட்ட முத்தரையர் கட்டுமானமாக நம்முன் காட்சி அளிக்கும் பரிவாரக்கோவில் வகையைச் சேர்ந்த விஜயாலயசோழீசுவரம் சிவன் கோவில் ஒரு கலைப்பொக்கிஷம் அதுவும் அருகிலேயே உள்ளது. ஏழு அடி உயரத்தில் வரிசையாக செதுக்கப்பட்டிருக்கும் பண்ணிரெண்டு திருமால் உருவங்கள் கொண்ட பதினெண்பூமி விண்ணகர் என்றழைக்கப்படும் பெருமாள் குடைவரை கோவிலும் நாம் காணவேண்டிய வரலாற்றுப் பொக்கிஷம்.

ஊரில் வாகனம் நிறுத்தப்படும் இடத்திலிருந்து சுமார் ஒரு கிமீ ஏரிக்கரையிலும், பிறகு பாறைச்சரிவிலும் ஏறி நடக்கவேண்டியிருக்கும். தேவையான குடிநீர் கொண்டு செல்வது நல்லது.

## வழி:

திருச்சி புதுக்கோட்டை சாலையில் நார்த்தாமலை உள்ளது. புதுக்கோட்டையிலிருந்து 17 கிமீ. திருச்சியிலிருந்து 36 கிமீ தூரம்.

பேருந்தில் செல்பவர்கள் நார்த்தாமலை பேருந்து நிறுத்தத்தில் இறங்கி இரண்டு கிமீ உள்ளே செல்லவேண்டும். ஆட்டோ வசதிகள் மலை அடிவாரம் வரை உள்ளது.தன்பின் நடந்து மட்டுமே செல்லவேண்டும்

# 15

## அரும்பாவூர் கைவினைஞர்கள்.

கோவில்களில் இன்று நாம் காணும் மரத்தில் செய்த தேர்கள், வாகனங்கள், ஆகியவைகளை பார்த்திருக்கிறோம். அவைகள் எங்கு தயார் செய்யப்படுகின்றன என்று தெரியுமா?

தமிழகத்தின் அரும்பாவூர், சின்ன சேலம், தம்மம்பட்டி, கள்ளக்குறிச்சி ஆகிய இடங்களில் வசிக்கும் கைவினைக்கலைஞர்கள் தான் தொன்று தொட்டு இப்பணிகளை செய்து வருகிறார்கள்.

பெரம்பலூர் மாவட்டத்தில் உள்ள அரும்பாவூரில் உள்ள மரச்சிற்பக் கூடத்திற்கு போவோமா? சின்ன கொட்டகை, ஆங்காங்கே முழுமை அடைந்தும் அடையாததுமான மரச்சிற்பங்கள், சிற்பங்கள் புதைந்திருக்கும் மரத்துண்டுகள், சிற்பிகள், இழைப்புப்பணி மேற்கொள்ளும் பெண்கள், முடிக்கப்பட்ட மரச்சிற்பங்களுக்கு வர்ணம் பூசுபவர்கள் என தொழிற்கூடம் முழுக்க நிறைந்திருக்கிறார்கள்.

படுக்கவைக்கப்பட்டிருக்கும் குதிரை வாகனத்தை இரண்டு பெண்கள் பாலிஷ் செய்து கொண்டு இருக்கிறார்கள். குதிரையின் முகம் மட்டும் ஒரு பெரியவரின் உளிக்கு கட்டுப்பட்டு தரையில் கிடத்தப்பட்டு உள்ளது. கண்மட்டும் இன்னும் திறக்காத கணபதி, குழலூதும் கண்ணன், வாத்தியங்கள் இசைக்கும் பிள்ளையார், திருவாசியுடன் கூடிய பத்து அடி விநாயகர், புத்தர், சரஸ்வதி, லட்சுமி, தசாவதாரம், நரசிம்மர், என பலவகையான மரச்சிற்பங்கள் தயாராவதை ஒரே இடத்தில் பார்க்கிறோம்.

இதற்கான மரங்கள் எல்லாம் தமிழகத்தின் பல பகுதிகளில் இருந்து தரம் பார்த்து வாங்கிவரப்படுகிறது. சமீப காலமாக தானே புயலுக்கு பின்பு பன்ருட்டி பகுதிகளில் இருந்து பெரும்பாலும் மரங்கள் வாங்கப்படுகிறது. இச்சிற்பங்களின் சிறப்பு என்னவெனில் முழுக்க முழுக்க கைகளால் செதுக்கப்படுவதுதான். ஒரு முழுமரத்துண்டில் உருவங்களை வரைந்து அதை மனதில் கொண்டே சிற்பங்கள் வடிக்கபடுகிறது. ஒரு அடிமுதல் 10 அடி வரை ஒரே மரத்தால் ஆன சிற்பங்கள் செதுக்கப்படுகின்றன.

பெரும்பாலும் இவர்கள் தேர்வு செய்யும் மரங்கள் மாவிலங்கை, தேக்கு, பூவாகை, போன்ற சில குறிப்பிட்ட ரகங்கள் தான். மாவிலங்கை மரத்தில் செதுக்கப்பட்ட சில சிற்பங்களை காட்டினார்கள், மஞ்சள் நிறத்தில் இருந்தது அவை. வர்ணம் பூசப்பட்டதா? என கேட்டேன், இதன் நிறமே இதுதான், வர்ணம் தனியே பூசவேண்டியதில்லை, சிலர் ஆண்டிக் எனும் பழமைதன்மை கொண்ட பல்வேறு நிறங்கள் சேர்ந்த வர்ணப்பூச்சை விரும்புவார்கள் அவ்வாறு விரும்பிக்கேட்பவர்களுக்கு வர்ணம் பூசியும் தருவோம் என்றனர்.

பெரிய ஹோட்டல்கள், திருமண மண்டபங்கள், ஷாப்பிங் மால்கள், போன்றவற்றிற்கு 5 அடிக்கும் மேலான சிற்பங்களை ஆர்டர் செய்து வாங்கிப் போகிறார்கள். வீடுகளுக்கு அலங்காரத்திற்கும் வழிபாட்டிற்கும் ஒரு அடிமுதல் நான்கு அடிவரை உள்ள சிற்பங்கள் வாங்கிச்செல்கிறார்கள்.

தேர் சிற்பங்கள் அந்தந்த ஊர்களுக்கே குழுவாகச்சென்று தங்கி செய்து முடிக்கப்படுகிறது. புதிய தேராக இருந்தாலும், பழுதடைந்த தேரை செப்பனிடுவதாக இருந்தாலும், தமிழகம் முழுதும் இவர்களைப்போன்ற கலைஞர்கள் ஆற்றும் சேவைதான்.

முன்பு இதே ஊரில் 100 க்கும் மேற்பட்ட சிற்பக்கூடங்கள் இருந்துள்ளன. இப்போது விரல்விட்டு எனக்கூடிய அளவே இருக்கிறது. தொடர் வேலை இன்மையும், உற்பத்தி செய்யப்படும் சிற்பங்களை சந்தை படுத்துவதில் உள்ள சிரமங்களும், இந்த

பின்னடைவுக்கு காரணமாக இருக்கிறது. பலர் தங்கள் பிள்ளைகளை கூட இத்தொழிலுக்கு கொண்டுவராமல் வேறு படிப்பு படிக்கவும் அதற்கேற்ற வேலைவாய்ப்பு பெறவும் செய்துள்ளார்கள். குழந்தைகள் விரும்பினாலும் இத்தொழிலில் அவர்களின் எதிர்காலம் குறித்த கவலை இருப்பதன் காரணமாக மாற்று வேலைவாய்ப்பினை தேட வேண்டிய நிர்பந்தம் உள்ளது.

கோவில்களில் பழுதடைந்துள்ள வாகனங்கள் செப்பனிடுதல், புதிய வாகனங்கள் செய்தல், தேர்தயாரிப்புப்பணி, இவைகள் எல்லாம் தொடர்ந்து இருப்பதில்லை. இவ்வாறு வாகனப்பணி, தேர்ப்பணி இல்லாத இடைப்பட்ட காலங்களில் கடவுளர், பறவைகள், விலங்குகள், தலைவர்கள், சிற்பங்கள் செய்கிறார்கள். அவ்வாறு செய்யப்பட்ட பல சிற்பங்கள் பட்டறையில் கோரிக்கை அற்றுக் கிடக்கும் வேரில் பழுத்த பலா போல இருக்கிறது. முன்பு இவர்களுக்கான கூட்டுறவு சொசைட்டி இருந்துள்ளது, தொழில் மேம்பட அது பயன்பட்டுள்ளது கடந்த பதினைந்து வருடங்களாக கூட்டுறவு சொசைட்டி இல்லை. அதேபோல தமிழக அரசின் பூம்புகார் நிறுவனம் சமீப காலமாக பெரிய அளவில் கொள்முதல் செய்வதில்லை. நாங்களாக உற்பத்தி செய்த பொருட்களை சந்தைப்படுத்த கண்காட்சி பொன்றவைகளை நடத்தக்கூடிய அளவிற்கு வசதியும் இல்லை என்கிறார்கள். வேறு சில மாநிலங்களில் அரசே இதுபோன்ற கண்காட்சிகளை நடத்தி உற்பத்தியாளர்களுக்கும் நுகர்வோருக்கும் பாலமாக செயல்பட்டு வருகிறது என்றும் சொல்கிறார்கள். வலைத்தளங்கள் மூலம் சந்தைப்படுத்தினால் பயனுள்ளதாக இருக்குமே என்றேன், "அதெல்லாம் எங்களுக்கு தெரியாதுங்க" என்கிறார்கள்.

ஐந்து முகங்கள் கொண்ட சதாசிவ மூர்த்தி இருக்கிறதா என்று கேட்டேன், இல்லை, மாதிரி படம் கொடுத்தால் ஒருவாரத்தில் செய்து கொடுத்துவிடுவோம் என்றார். படத்தை பார்த்து செய்வீர்களா? என்றேன் ஆச்சரியத்துடன், சிலர் மறைந்த உறவினர்களின் புகைப்படத்தைக் கொடுத்து அதுபோல செய்து கொடுங்கள் என கேட்டுவாங்கி செல்கிறார்கள் என்றார்.

இவ்வளவு அதி அற்புதமான திறமையை கொண்ட கலைஞர்களை நாம் ஊக்குவிக்க வேண்டும். உதவ வேண்டும். அரும்பாவூர் பக்கம் செல்பவர்கள் இது போன்ற சிற்பக்கூடங்களுச் சென்று உங்களுக்குப் பிடித்த கடவுளரை வாங்கிச் செல்லுங்கள்.

# 16

# நாச்சியார் கோவில் குத்துவிளக்கு

மங்கலப் பொருட்களில் முன் வரிசையில் எப்போதும் இருப்பது குத்துவிளக்கு. கோவில்கள், திருவிழாக்கள், இல்லத்தில் நடக்கும் மங்கல நிகழ்வுகள், அரசு விழாக்கள், என எல்லாவற்றிலும் முக்கிய பங்கு வகிக்கிறது குத்து விளக்குகள். தமிழகத்தின் பலபகுதிகளில் குத்துவிளக்கு தயாரிப்பு தொழில் நடந்து வந்தாலும், கும்பகோணத்தை அடுத்துள்ள நாச்சியார் கோவிலில் நூற்றாண்டு காலமாக பாரம்பர்ய கைவினைஞர்களால் தயாரிக்கப்பட்டு வரும் குத்துவிளக்குகள் தரமானதாகவும், அழகிய வடிவமைப்பாலும், உலக அளவில் பிரபலமானதாகவும் இருக்கிறது.108 வைணவ கோவில் களில் ஒன்றாகவும், பணிரெண்டு முக்திதரும்தலங்களில் ஒன்றாகவும் விளங்குகிறது நாச்சியார்கோவில். இத்திருத்தலத்தில் கோச்செங்க சோழமன்னனால் கட்டப்பட்ட கோவிலில் குடிகொண்டுள்ள ஸ்ரீ வஞ்சுளவல்லி சமேத ஸ்ரீனிவாசப்பெருமாளை சரணடைவோருக்கு மறுபிறவி இல்லை என்பது நம்பிக்கை.இத்திருக்கோவில் நான்கு "டன்" எடை அளவு கொண்ட கல்கருடசேவை பிரசித்தம்.

நாச்சியார் கோவிலில் எந்த வீதியில் நுழைந்தாலும் விளக்குத்தயாரிப்பு தொழில் கூடத்தைப் பார்க்க முடிகிறது.இந்த தொழிற்கூடங்களை அவர்கள் பட்டறை என்று அழைக்கிறார்கள். வகை வகையான குத்துவிளக்குகள் மொத்த ஆர்டர்களின் பேரில் இங்கு உற்பத்தி செய்யப்படுகிறது.குத்துவிளக்கின் அடிப்பாகம், தண்டு, மேல்பாகம், கலசம் போன்ற உச்சிப்பகுதி, ( இதில் அன்னம்,

மயில், தெய்வ உருவம், இருக்கும் படி செய்வது உண்டு, நாச்சியார் கோவில் விளக்குகளின் தனித்தன்மை அன்னபட்சி இருப்பது போல செய்வது) எனஒவ்வொன்றும்தனித்தனியாகஉற்பத்தி செய்யப்பட்டு, பாலிஷ், நாகாசு வேலை மறை ஏற்றுதல், போன்ற வேலைகளை செய்கின்றனர். இது போன்ற பட்டறைகளில் சந்தைப்படுத்தும் முயற்சிகள் ஏதும் இந்த பட்டறைகளில் நடைபெறுவதில்லை. முழுக்க முழுக்க உற்பத்தியிலும், செய்நேர்த்தியிலும் மட்டுமே கவனம் செலுத்தி வருன்றனர். சந்தை படுத்தும் பணி இவ்வூரைச் சேர்ந்த மொத்த வியாபாரிகளால் மேற்கொள்ளப் படுகிறது. எவ்வளவு குத்துவிளக்குகள் எந்த அளவில் வேண்டும் என்பது வியாபாரிகளால் பட்டறைகளுக்கு ஆர்டர் கொடுக்கப்படுகிறது. அதற்கேற்ப குத்துவிளக்குகள் உற்பத்தி செய்யப்படுகிறது.

இங்கு தயாரிக்கப்படும் குத்துவிளக்குகள் பித்தளையினால் மட்டுமே தயாரிக்கப்படுகிறது. பித்தளை என்பது செம்பும் துத்தனாகமும் கலந்த கலப்பு உலோகம் ஆகும். மூலப்பொருட்கள் புதிதாகவும், ஏற்கனவே உபயோகிக்கப்பட்ட பித்தளை பொருட்களையும் கொண்டு உலையில் உருக்கப்பட்டு பிரத்யேகமான வண்டல் மண்ணிலால் செய்யப்பட்ட அச்சில் வார்க்கப்படுகிறது. மற்ற எந்த ஊரிலும் இல்லாத விசேஷமான தன்மை கொண்டதாக இந்த ஊரில் கிடைக்கும் வண்டல்மண் இருப்பது தான் இங்கு இத்தொழில் தோன்றவும், வளரவும், காரணம் என்று கூறப்படுகிறது. பெரும்பாலும் வெளிமாநில பழைய பொருட்கள் விற்கும் வியாபாரிகளிடம் இருந்து பித்தளை கச்சாப்பொருட்கள் வாங்கப்படுகிறது. உலர் வண்டல் மண்ணில் செய்யப்பட்ட அச்சில் உள்ள துளைமூலம் பித்தளை குழம்பாக காய்ச்சப்பட்டு ஊற்றப்படுகிறது, பின்பு குளிர்ந்தபின் பிரித்தெடுத்து பிசிறு எடுத்தல், பாலிஷ் போடுதல், மறை செய்தல், நாகாசு டிசைன் போடுதல், என ஒவ்வொன்றும் கைவேலையாய் தனித்தனிப்பிரிவில் ஒரே பட்டறையில் தயார் செய்யப்படுகிறது. தனித்தன்மை உடைய நாச்சியார் கோவில் விளக்குகளுக்கான காப்பீட்டு உரிமை பெறப்பட்டுள்ளது.

தமிழ்நாடு அரசின் பூம்புகார் கலைக்கூடமும் இங்கு ஒரு குத்துவிளக்கு தொழிற்சாலையினை மிகப்பெரிய அளவில் நிறுவியுள்ளது. இயந்திரங்களால் தயாரிக்கப்படும் பல்வேறு விளக்குகள் இன்று சந்தைகளில் குறைந்த விலைக்கு கிடைக்கிறது. ஆனால் திறமை வாய்ந்த கைவினைஞர்களால் செய்யப்படும் கலைநயம் பொருந்திய நாச்சியார்கோவில் விளக்குகளின் தரத்திற்கு அவைகள் ஈடாகாது. நாகாசு வேலை எனச் சொல்லப்படும் விளக்குகளில் செய்யப்படும் டிசைன் களைச் செய்வதற்கென்றே தனிப்பட்ட பிரத்யேகக் கலைஞர்கள் இருக்கின்றனர். அவர்களின் கற்பனையில் தோன்றும் டிசைன் களை ஒரு தேர்ந்த ஓவியன் போல லாவகமாக குத்துவிளக்கில் செதுக்கும் அழகைப் பார்த்துக்கொண்டே யிருக்கலாம்.

உற்பத்தி செய்து வைக்கப்பட்டிருக்கும் பகுதிக்குச் சென்றால் குத்துவிளக்குகளில் இத்தனை வகை உள்ளதா? என நமக்கு ஆச்சர்யம் ஏற்படுகிறது. அருகில் நிற்கும் போது நம் உயரத்திற்கு மேல் ஆறடி உயரத்தில் நின்று நம்மை பிரமிக்க வைக்கும் குத்துவிளக்குகளை காணமுடிகிறது. அரை அடியிலிருந்து ஆறு அடிக்கு மேல் வரை இங்கு தேவைக்கு ஏற்ப குத்துவிளக்குகள் உற்பத்தி செய்யப்படுகிறது. குத்து விளக்கில் திரி ஏற்றப்படும் இடத்தினை முகம் என்று சொல்கிறார்கள். பெரும்பாலும் ஐந்து முகம் கொண்ட குத்துவிளக்குகள் தான் வீடுகளில் உபயோக்கிக்கப் படுகிறது.

குத்துவிளக்குகள் தயாரிப்பு பற்றிய தகவலுடன் எந்த எண்ணெய் கொண்டு விளக்கேற்றினால் என்ன பயன், எந்த திரியினைக் கொண்டு விளக்கேற்றினால் என்ன பயன் போன்ற உதிரி தகவல்களும் கேட்க கிடைக்கின்றன. நெய், நல்லெண்ணெய், விளக்கெண்ணெய், தேங்காய் எண்ணெய், வேப்ப எண்ணெய், இலுப்ப எண்ணெய், இவைகளிலேயே ஒன்றிரண்டு கலந்து விளக்கேற்றுவது, என பல்வேறு மரபு வழி நடைமுறைகள் வழக்கில் இருக்கிறது.

பருத்திதிரி, பஞ்சுதிரி, நூல் திரி, தாமரை திரி, வாழைதண்டு திரி, வெள்ளெருக்குத் திரி, என திரிகளிலும் பலவகை உள்ளது. ஒவ்வொன்றில் ஏற்றினாலும் ஒவ்வொரு பயன் இருக்கிறது. சிலது நமக்கு புதியதகவலாக இருந்தது. உதாரணமாக வெள்ளெருக்குத்திரி பற்றிசொல்லும் போது வெள்ளெருக்குத்திரியினால் விளக்கேற்றினால் செய்வினை கோளாறுகள் தீரும் என்கிற நம்பிக்கை இருக்கிறது.

இது போலவே எங்களுக்கு ஆச்சர்யம் அளித்த இன்னொரு செய்தி வெங்கலத்தில் விளக்கு செய்வது கிடையாது, பித்தளையில் மட்டுமே விளக்குகள் செய்யப்படுகிறது என்பது. வெங்கலம் பித்தளை இரண்டுமெ செம்பின் கலப்பு உலோகம் என்றாலும் விளக்குகள் அனைத்தும் பித்தளையில் தான் செய்யப்படுகிறது.

உற்பத்தி செய்யப்பட்ட குத்துவிளக்குகளுக்கு எடை மற்றும் வேலைப்படுகளைக்கொண்டு விலை நிர்ணயம் செய்யப்படுகிறது.

இத்தொழில் முறை அறிந்த தொழிலாளர்களின் எண்ணிக்கை குறைந்துகொண்டே வருவது கவலை அளிக்கக் கூடியதாக இருக்கிறது. அடுத்தடுத்த தலைமுறைக்கு இத்தொழில் கடத்தப்பட முடியாததற்கு வாழ்வாதாரத்திற்கு முற்றிலும் போதியதாக இத்தொழிலில் வருமானம் இல்லாதது ஒரு காரணம். மேலும் இத்தொழிலாலர்களின் குழந்தைகள் தங்கள் கல்விக்கு ஏற்ற பல்வேறு வேலைகளுக்கு செல்வதின் காரணமாக கொஞ்சம் கொஞ்சமாக கலைஞானம் கொண்ட தொழிலாளர்களின் எண்ணிக்கை குறைந்து வருகிறது. இந்தத் தொழிலின் உப தொழிலால மண் சேகரித்தல், விரட்டி உற்பத்தி, மூலப்பொருள் கொள்முதல், போன்ற தொழில்களில் ஈடுபட்டுவருபவர்களின் வாழ்வாதாரமும் பாதிக்கப்படுகிறது.

எழிலும் அழகும் மிளிரும் குத்துவிளக்குகளை கோவில்களிலோ, விழாக்களிலோ காணும்போது அதற்கு பின்னால் கரியிலும், புகையிலும், நெருப்பிலும், தங்கள் உழைப்பை கொட்டி அதனை உருவாக்கிய அந்தக் கலைஞர்கள் நினைவும் சேர்ந்தே வரும்.

நாச்சியார் கோவில் செல்லும் அன்பர்கள் இந்த குத்துவிளக்கு பட்டறைகளுக்கும் சென்று அதன் உற்பத்தி செய்யும் முறையினை கண்டு வரலாம். பார்வையாளர்கள் அனுமதிக்கப்படுகிறார்கள்.

## செல்லும் வழி:

கும்பகோணத்தில் இருந்து பத்து கிலோமீட்டர் தொலைவில் உள்ளது நாச்சியார்கோவில்.

# 17

# திருமோகூர்

ஆழ்வார்கள் மங்களாசாசனம் செய்த 108 திவ்யதேசங்களுள் ஒன்று திருமோகூர். பாண்டிநாட்டு தியவ்தேசங்களிள் வருகிறது. மதுரை ஒத்தக்கடையிலிருந்து பிரிந்து செல்லும் சாலையில் நாம் பயணம் மேற்கொள்ள வேண்டும். திவ்யதேச யாத்திரையாக நாம் சென்றாலும் வழிநெடுக நாம் காணும் பசுமையான கண்கொள்ளா காட்சிகளில் மனம் லயித்துவிடுகிறது. அஷ்டடப்பிரபந்தம் என்னும் எட்டு தொகைநூல்களை படைத்த திவ்யகவி பிள்ளைப்பெருமாள் அய்யங்கார் அவர்கள் "நூற்றெட்டுத் திருப்பதி அந்தாதி" யில் திருமோகூர் குறித்த ஒருபாடல் பாடியுள்ளார். திருமோகூர் காளமேகப்பெருமானின் காதலியாக தன்னை பாவித்துக்கொண்டு அன்னத்தை தூவிட்டு பதிலுக்குக் காத்திருப்பதுபோல அழகிய வெண்பா ஒன்றை வடித்துள்ளார்.

"வாயால் மலர் கோதி வாவி தொறும் மேயுமோ

மேயாமல் அப்பால் விரையுமோ மாயன்

திரு மோகூர் வாய் இன்று சேருமோ நாளை

வருமோ கூர் வாய் அன்னம் வாழ்ந்து "

நான் தூதாக அனுப்பிவைத்த அன்னம் வழியில் உள்ள குளங்களில் உள்ள மலர்களின் இதழ்களையெல்லாம் கோதிக்கொண்டு மேய்ந்துகொண்டிருக்குமோ? அப்புறமாவது போய்த்தூது சொல்லுமோ? நாளை பதிலுடன் திரும்பி வருமோ? என்று ஐயப்படுவதுபோல பாடியுள்ளார். அதுபோலத்தான் நாமும

செல்லும் வழியெங்கும் இருக்கும் பசுமையில் தோய்ந்து பார்க்கும் திசைகளெல்லாம் நந்தலாலா நின்றன் பச்சைநிறம் தோன்றுதடா நந்தலாலா என அனுபவித்தவாறே கோவிலை நோக்கிப் பயணிக்கிறோம்.

இரண்டு திருச்சுற்றுகள் கொண்ட கோவிலின் கிழக்கு வாயிலில் இரண்டு சிறிய கோபுரங்களும், கோவிலின் முகப்பில் உள்ள பிற்கால கோபுரமும் உள்ளன. கருட மண்டபம், மகாமண்டபம், அர்த்தமண்டபம், கடந்து சதுரவடிவிலான கருவறையில் மூலவர் காளமேகப்பெருமாள் நின்ற நிலையிலும் தாயார் இருவரும் அமர்ந்த நிலையிலும் காட்சி தருகின்றனர்.

கருடமண்டபத்தில் தென்புறம் மற்றும் வடபுறம் ஏறி வருவதற்கு படிக்கட்டுகள் அமைந்துள்ளது. உயந்த பெருத்த தூண்களைக்கொண்டதாக இருக்கிறது கருடமண்டபம். மன்மதன், அன்னத்தின் மீது அமர்ந்த நிலையில் ரதிதேவி, இராமன்சீதை, இலக்குவன்,என ஒவ்வொரு தூணிலும் ஆறடிச்சிற்பங்கள் தூணோடு சேர்த்து ஒரே கல்லில் செதுக்கப்பட்டுள்ளன.ரதி, கரும்பு வில் கொண்ட மன்மதன் அன்னத்தில் அமர்ந்த ரதிதேவி ஆகிய சிலைகளுக்கு சந்தனப்பூச்சு சாற்றியுள்ளனர். இராமன் சீதை சிற்பம் சீதையின் இடையை வலக்கரத்தால் வளைத்தபடியும், இடக்கரத்தில் வில்லேந்தியபடியும் நேரில் பார்ப்பதுபோன்ற பேரழகுடன் இருகிறது.

திருச்சுற்றில் தாயார்சன்ளதி, அதைஅடுத்து சக்கரத்தாழ்வார் சன்னிதி ஆகியவைகள் அமைந்துள்ளன. தாயார் மோகனவல்லித்தாயார், திருமோகூர்வல்லி என்று அழைக்கப்படுகிறார். ஸ்ரீரங்கம் போல இங்கும் தாயார் படிதாண்டாபத்தினி யாக இருக்கிறார். பெருமாளுக்கு மட்டும் வீதி உலா உண்டு தாயார் செல்வதில்லை. ஆண்டாளுக்கும் அனுமனுக்கும் தனி தனி சன்னிதிகள் இருக்கின்றன.

இங்குள்ள சக்கரத்தாழ்வார் சன்னதி மிகப்பிரசித்தி பெற்றது. திருமோகூர் கோவிலே சக்கரத்தாழ்வார் கோவில் என்றுதான்

மக்கள் குறிப்பிட்டுச் சொல்கின்றனர். கூகுள் கூட வரைபடத்தில் சக்கராத்தாழ்வார் கோவில் என்றே சுட்டுகிறது. தாயார் சன்னதிக்கு நேர் பின்புறம் சக்கரத்தாழ்வார் சன்னதி அமைந்துள்ளது. நாற்பத்து எட்டு தேவதைகள் சுற்றிலும் இருக்க பதினாறு திருக்கரங்கள், பதினாறு படைக்கலன்கள், மூன்று கண்கள், முடியில் தீச்சுவாலை, மந்திர எழுத்துருக்கள், கொண்டு காட்சி அளிக்கிறார். சதுரக் கல்பலகையில் புடைப்பாகச் செதுக்கப்பட்டுள்ள சுதர்சனருக்கு பின்புறம் யோகநரசிம்மர் காட்சி அளிக்கிறார். சக்கரத்தாழ்வாரின் திருநட்சத்திரமான ஆனி மாதம் சித்திரையில் சுதர்சனஹோமம் வெகுசிறப்பாக நடைபெறுகிறது. பக்தர்களின் வேண்டுதலுக்கு உதவ ஓடிவருவது போல காலடி எடுத்தபடி இருக்கும் இக்கோவிலில் குடிகொண்டுள்ள சக்கரத்தாழ்வாரை வேண்டுவோர்க்கு வேண்டியன அளிக்கும் வரப்பிரசாதியாக விளங்குகிறார்.

கோவிலின் உள் நுழைந்த உடன் வலப்புறம் நாம் காண்பது பள்ளிகொண்ட பெருமாள் சன்னதி. இந்த சன்னதி கருவறை விமானம் ஸ்ரீரங்க விமானத்தை ஒத்து இருக்கிறது. ஐந்துதலை ஆதிசேஷன் மீது வலக்கரத்தை தலைக்கு மேலே நீட்டி இடக்கரத்தை உடலில் வைத்து சயனக்கோலத்தில் இருக்கிறார் பெருமாள். காலடியில் திருமகள், பூமாதேவி, இரண்டு தாயார்கள். வேறு எங்கும் இப்படி இரண்டுதாயார்கள் பெருமாளின் பாதங்களைத்தொட்டு இருக்கும் படியான அமைப்பு இல்லை என கோவில் அர்சகர் கூறினார்.

நம்மாழ்வார், திருமங்கை ஆழ்வார், ஆகியோர் மங்களாசாசனம் செய்துள்ளார்கள். கவி காளமேகம் தனிப்பாடல் ஒன்றின்மூலம் இப்பெருமாளை பாடியிருக்கிறார். மாத்ஸிய புராணம், பிரம்மாண்ட புராணம் ஆகியவற்றில் இக்கோவிலின் பெருமைகள் விளக்கப்பட்டுள்ளது. பாற்கடலை கடைந்து தேவர்களுக்கு அமுதம் அளிக்க மோகினிஅவதாரம் எடுத்த ஷேத்ரம் இந்த திருமோகூர். அதனாலேயே இத்திருத்தலம் மோஹனசஷேத்ரம் என்று போற்றப்படுகிறது.. பார்க்கடலை கடையும்போது ஒரு துளி மோஹன ஷேத்ரத்தில் விழுந்து தடாகமாயிற்று. அதுதான் ஷீராப்தி

என்று அழைக்கப்படுகிற திருக்குளம்.அக்குளக்கரையில் உள்ள அரசமரத்தின் கீழ் அமர்ந்து மந்திரஜபம், மற்றும் வேதபாராயணம் செய்தால் சகல பாபங்களும் அழிந்துபோகும். என்று மாத்ஸிய புராணத்தில் குறிக்கப்படுகிறது. இந்தக்குளம் மிக பிரம்மாண்டமாக நீர் நிறைந்து காணப்படுகிறது.

புலஸ்த்ய மகரிஷி எம்பெருமாள் பாற்கடலை கடைந்த காலத்தில் கொண்டிருந்த திருமேனியை தான் கண்டு வணங்கும்படி அருளவேண்டியதன் காரணமாக சயனத்திருக்கோலத்தில் இங்கு தோன்றினார் என்கிறாது பிரம்மாண்டபுராணம்.

நம்மாழ்வாரின் மனம்கவர்ந்த பெருமாள் காளமேகப்பிரான். நம்மாழ்வாழ் திருநாடாகிய வைகுந்தத்திற்கு எழுந்தருளும் போது வழித்துணையாக வரும்படி பெருமாளை அழைக்கிறார்.ஆழ்வாரின் குரலுக்கு ஓடிவந்த பெருமாள் கூடவே வந்து வைகுந்தத்திற்கு வழிகாட்டி அழைத்துச் சென்றார் என்கிறது தலபுராணம்.

உற்சவர் ஆப்தன் என்று அழைக்கப்படுகிறார். தலவிருட்சம் வில்வம். வைகாசி விசாகத்தை நிறைவு நாளாகக் கொண்டு பத்து நாட்கள் கொடியேற்றி திருத்தேர் தீர்த்தவாரியுடன் பிரம்மோற்சவம் நடக்கிறது. ஆனி புப்பழ உற்சவம், ஆவணி திருபவித்திர உற்சவம், புரட்டாசி நவராத்ரி, தீபாவளி அன்று மூலவர்ருக்கு தைலக்காப்பு, கைசிகபுராணம் படிக்கும் உற்சவம், வைகுண்ட ஏகாதசி உற்சவம் என மாத வரிசைகிரமமாக விழாக்கள் சிறப்பாக நடைபெற்று வருகிறது.மாசியில் கஜேந்திர மோட்சம் இங்கு விமரிசையாக நிகழ்கிறது.

வரலாற்று ரீதியாக திருமோகூர், மோகனபுரம், கோவில்குடி, திரும்பூர் என பலபெயர்கள் உள்ளது இத்திருத்தலத்திற்கு.வைணவ ஆச்சார்யர்களான மணவாளமாமுனிகளின் திருவாய்மொழி நூற்றந்தாதியிலும் அழகிய மணவாளப்பெருமாள் இயற்றிய "ஆச்சார்யஹிருதய" த்திலும் இக்கோவில் சிறப்புகள் கூறப்பட்டுள்ளன.பிற்காலப்பாண்டியர், விஜயநகரவேந்தர்கள், ஆகியோரின் கல்வெட்டுக்கள் படியெடுக்கப்பட்டுள்ளன.

அவைஅனைத்தும் கோவிலுக்கு வழங்கப்பட்டுள்ள நிவந்தங்கள் தொடர்பான கல்வெட்டுக்களாக இருக்கிறது.

நின்ற கோலம் கிடந்த கோலம் இரண்டையும் காட்டி ஆன்மா வைகுண்டம் செல்லும்போது வழிகாட்டியாக பெருமாளே வந்து திரும்பி திரும்பி பார்த்து நம்மை அழைத்துச்செல்லும் திருத்தலம் திருமோகூர் என்று தலபுராணம் சொல்கிறது. பல திருக்கோவில்களில் இன்று தலவரலாறு புத்தகம் இருப்பில் இருப்பதில்லை, அப்படியே இருந்தாலும் செராக்ஸ் காப்பி எடுத்து விற்பனை செய்து கொண்டிருக்கிறார்கள் ஆனால் இத்திருக்கோவிலில் மிகவிளக்கமான தலவரலாற்றுநூல் பதிப்பிக்கப்பட்டு விற்பனை செய்யப்பட்டு வருகிறது மகிழ்ச்சியான விஷயம்.

## வழி

மதுரையில் இருந்து மேலூர் செல்லும் பாதையில் ஒத்தக்கடை என்னும் இடத்திலிருந்து இரண்டு கிலோமீட்டர் தூரத்தில் இருக்கிறது. அருகிலேயே மாணிக்கவாசகர் பிறந்த தலமான திருவாதவூர் எட்டு கிலோமீட்டர் தொலைவில் இருக்கிறது. திருமோகூரில் இருந்து திருவாதவூர் செல்லும் வழி பசுமையுடன் கண்கொள்ளாக்காடசியாக இருக்கும்.

நடை திறந்திருக்கும் நேரம் காலை *7.00* முதல் *12.00* வரை மாலை *4.00* முதல் இரவு *8.00* வரை

# 18

# திருமுதுகுன்றம் ஆழத்துவிநாயகர்

திருமுதுகுன்றம் என தேவாரப்பதிகங்களில் குறிப்பிடப்படும் விருத்தாசலத்தில் மணிமுத்தாற்றின் கரையில் எழுந்தருளியுள்ள விருதாம்பாள்பாலாம்பாள்சமேதஸ்ரீபழமலைநாதர்திருக்கோவிலில் உள்ளது விநாயகருக்கான இரண்டாவது அறுபடைவீடான ஆழத்துவிநாயகர் ஆலயம்.

மலைமீது உச்சிபிள்ளையார் எனவும் பள்ளத்தில் பாதாளபிள்ளையார் எனவும் பல திருத்தலங்களில் கோவில்கொண்டுள்ள விநாயகர் திருமுதுகுன்றத்தில் ஆலயத்திற்குள் நுழைந்த உடன் இடப்பக்கம் தனிசன்னிதி, மூன்று நிலை கோபுரம், கொடிமரம், விமானம், கொண்டு 18 அடி ஆழத்தில் படியில் இறங்கிச்சென்று தரிக்கும்படியாக எழுந்தருளி அருள்பாலிக்கிறார்.

திருமுதுகுன்றம் பழமலைநாதர் கோவில் எழுப்பப்பட்ட காலத்திற்கு முன்னமே தரைமட்டத்தில் இருந்தது இந்த விநாயகர் கோவில் என்கிறார்கள். பிரம்மா இத்திருத்தலத்தில் மலையை உருவாக்க எத்தனித்தபோது இங்கு ஈசனே மலையாக காட்சிதர ஈசனை தொழுதுச்சென்றார் பிரம்மா என்கிறது செவிவழிக்கதை.

ஆழத்து விநாயகர் இப்பகுதியில் வேண்டியவர்க்கு வேண்டிய வரம் அளிக்கும் வரப்பிரசாதியாக விளங்குகிறார். ஜாதகம் இல்லாதவர்கள், ஜாதகத்தில் தோஷம் இருப்பவர்கள் இச்சன்னிதிக்கு வந்து பிரார்த்தித்துக்கொள்கிறார்கள். பிரார்த்தனை நிறைவேறிய உடன் வேண்டிக்கொண்டவாறு 27,108,என சிதறு தேங்காய்

உடைக்கிறார்கள்.திருமணத்தடை அகலவும், 21 பிறவி தோஷங்கள் நீங்கவும்,குழந்தைபாக்கியம் ஏற்படவும் வேண்டிக்கொண்டு இக்கோவிலுக்கு பக்தர்கள் வந்தவண்ணம் உள்ளனர்..

செம்பியன்மாதேவி காலத்தில் திருப்பணி செய்யப்பட்டதற்கான கல்வெட்டுக்கள் இங்கு காணக்கிடைக்கின்றன.ஆண்டு தோறும் மாசிமகத்திருவிழா பத்து நாட்கள் இங்கு விமரிசையாக நடைபெறும். அதற்கு முன்னதாக ஆழத்துவிநாயகருக்கு கொடியேற்றப்பட்டு தொடர்ந்து பத்துநாட்கள் உற்சவம் நடக்கிறது.விழாவின் முக்கிய நிகழ்ச்சியானஆழத்துவிநாயகர்தேரோட்டம்கிழக்குவீதியில்துவங்கி தென்கோட்டைவீதி,வடகோட்டை வீதி, மேலகோட்டைவீதி வழியாக ராஜகோபுரம் வந்தடையும். இக்கோவிலைச் சுற்றி கோட்டை இருந்ததாகவும். மூன்று வீதிகளில் அகழிகள் இருந்ததாகவும் வரலாற்று ஆய்வாளர்கள் தெரிவிக்கின்றனர். அதன் தொடர்ச்சியாகவே இன்றும் வடக்கு, மேற்கு,தெற்கு ஆகிய வீதிகள் கோட்டைவீதி என்றும் கிழக்கு வீதி மட்டும் கீழவீதி அல்லது சன்னதிவீதி என்றும் அழைக்கப்பட்டு வருகிறது. அன்றைய தினம் பழமலை நாதருக்கும் விருத்தாம்பிகை அம்மனுக்கும் அபிஷேக ஆராதனைகள் நடக்கிறது. ஆழத்து விநாயகருக்கும், ஆறுமுகன் வள்ளி தெய்வயானைக்கும் தனித்தனியே அபிஷேக ஆராதனைகள் நடைபெறும்.அதன்பின்னர் ஆழத்துவிநாயகர் தீர்த்தவாரி கண்டருளி விழாநிறைவடையும். அதன்பின்னர், பழமலை நாதருக்கான மாசிமக உற்சவம் கொடி யேற்றம் நிகழ்ந்து பத்துநதினங்கள் திருவிழா நடைபெறும்.

இத்திருத்தலத்தில் மட்டும் சுந்தரமூர்த்தி நாயனார் வரலாற்றுத்தொடர்புள்ள விநாயகப்பெருமானுக்கான மேலும் இரண்டு முக்கிய சன்னதிகள் இருக்கின்றன. ஊரும் கிழம் பேரும் கிழம் என்று ஈசனைப்பாடமல் பொன சுந்தரமூர்த்தி நாயனாரை முருகப்பெருமான் வேடர் வடிவம் கொண்டு வழியில் மடக்கி பொற்கிழிகளை கொள்ளைஅடிக்கிறார். அந்த இடத்தில் வேடப்பர் என்கிற திருநாமத்துடன் முருகப்பெருமான் இன்றும் கோவில்கொண்டுள்ளார். தந்தையை பாடாமல் போன சுந்தரர்

வேடனாக வந்த முருகனிடம் மாட்டிக்கொண்டதக் கண்ட மகிழ்ச்சியில் கூத்தாடினாராம் கணபதி. அவ்வாறு கூத்தாடிய இடம் விருத்தாசலத்தில் இருந்து வேடப்பர் கோவில் செல்லும் வழியில் இருக்கிறது. அவ்விடத்தில் கூத்தாடும் விநாயகர் என்னும் பெயருடன் விநாயகருக்கான திருக்கோவில் காந்திநகரில் இன்றும் இருக்கிறது.

அவ்வாறு பொருட்களையெல்லாம் இழந்த சுந்தரர் மீண்டும் திருமுதுகுன்றம் திரும்பி

"பொன்செய்த மேனியனீர் புலித்தோலை அரைக்கசைத்தீர்
முன்செய்த மூவெயிலும் எரித்ததீர்முது குன்றமர்ந்தீர்
மின் செய்த நுண்ணிடையாள் பராவையிவள் தன் முகப்பெ
என்செய்த வாறடிகள் அடியேனிட் டளங்கெடவே"

எனத்துவங்கும் பதிகங்கள் பாடி இறைவனிடம் பண்ணீராயிரம் பொன்னைப் பரிசாகப் பெற்றார். மீண்டும் காட்டுவழி ஆரூர் போகவேண்டுமே. கள்வர் வந்து திருடிச்சென்றால் என்செய்வேன் என இறைவனிடம் சுந்தரர் கேட்க இங்குள்ள மணிமுத்தா நதியில் உந்தன் பொன்னை எல்லாம் போட்டு அதனை ஆரூர் சென்று கமலாலயத்தில் மூழ்கி எடுத்துக்கொள் என்று இறையனார் இயம்பினார். சுந்தரர் தான் ஈசனிடம் உரிமை பூண்டவராயிற்றே, இங்கு நான் மணிமுத்தாற்றில் போடும் பொன்னும் ஆரூரில் சென்று கமலாலயத்தில் மூழ்கி எடுக்கும் பொன்னும் ஒன்றாய் இருக்குமா? தரம் குறைந்து விடுமா? என்று இறைவனிடம் சுந்தரர் வினவினார். கவலை வேண்டாம் சுந்தரா உன் பொன்னை எல்லாம் இந்த விநாயகரிடம் கொடு அவர் மாற்றுரைத்து அதனை மணிமுத்தா நதியில் போடட்டும் அவரே கமலாலயக்குளத்தில் தோன்றி நீ மூழ்கி எடுக்கும் பொன்னை அங்கும் மாற்றுரைத்து தரம் பார்த்து தருவார் என்றருள சுந்தரரும் பொன்னை மணிமுத்தாற்றில் போட்டு ஆரூர் சென்று கமலாலயக்குளத்தில் மூழ்கி எடுத்தார். இன்றும் மாற்றுரைத்த விநாயகர் என்னும் நாமத்துடன் திருமுதுகுன்றம் பழமலை நாதர் சன்னிதி திருச்சுற்றில் கன்னிமூலையில் கையில் மாற்றுரைக்கும் கட்டையுடன் காட்சி அளிக்கிறார் விநாயகப்பெருமான்.

அதுபோலவே திருவாரூர்கமலாலயக்குளக்கரையிலும் மாற்றுரைத்த விநாயகருக்கான சன்னிதி இன்றும் உள்ளது.

கடலூர் மாவட்டம், விருத்தாசலத்தில் பழமலைநாதர் திருக்கோவிலின் உள்ளே தனி சன்னதியாக ஆழத்து விநாயகரும், பிரகாரத்தில் கன்னிமூலையில் மாற்றுரைத்த விநாயகர் சன்னிதியும் உள்ளது. விருத்தாசலத்திலிருந்து பெண்ணாடம் செல்லும் சாலையில் இரண்டு கிமீல் காந்திநகர் கூத்தாடும் விநாயகர் கோவிலும், அதேவழியில் ஐந்து கிமீ ல் வேடப்பர் கோவிலும் உள்ளது. பேருந்திலும், புகைவண்டியிலும், விருத்தாசலம் அடையலாம்

# 19

# திருநல்லூர் ஆதிகேசவப்பெருமாள்

கேசவ விண்ணகரம் என்று திருநல்லூர் ஸ்ரீ கல்யாண சுந்தரேஸ்வரர் கோவில் கல்வெட்டுக்களில் குறிப்பிடப்படும் ஸ்ரீதேவி ஸ்ரீபூதேவி சமேத ஸ்ரீ ஆதிகேசவப்பெருமாள் கோவில் திருநல்லூர் சிவன் கோவிலின் மேலவீதியில் இருக்கிறது.

இக்கோவில் தொடர்பான புராணக்கதை ஒன்று தொன்று தொட்டு வழங்கி வருகிறது. ஹிரண்யரை சம்ஹாரம் செய்துவிட்டு சஞ்சாரம் செய்து கொண்டு வருகிறார் நரசிம்மர். வருகிற வழியில் சுந்தரகிரி என்று அழைக்கப்படும் திருநல்லூர் தலத்தில் சன்னதி விமானத்தில் மேற்குமுகமாக அமர்ந்து விட்டார். ப்ரகலாதனும்கூட வேவருகிறான். எம்பெருமானைக்காணவில்லையே என்று மனமுருகி ப்ரார்த்தனை செய்கிறான். அப்போது அசரீரியாகஒருகுரல் "பக்தப்பிரகலாதாஇங்கு பார் " என்னும் குரல் ஒலிக்க ப்ரகலாதனும் திரும்பிப்பார்க்கிறான். அப்போது ஸ்ரீதேவி பூதேவி ஸமேத ஆதிகேசவப்பெருமாளாக நல்லூர் மேற்கு வீதியில் சிவன் சன்னதி கோபுரத்தை பார்தவாறு கிழக்கு முகமாக ஆஜானு பாகுவான தோற்றத்துடன் பெருமாள் காட்சி தந்தார் எம்பெருமான் ஸ்ரீமன்நாராயணன். இன்றும் சிவன் சன்னதி கோபுரத்தில் மேற்குமுகமாக சுதை உருவில் ஸ்ரீநரசிம்ம மூர்த்தியாக அமர்ந்த கோலத்தில் காட்சி அளிக்கும் நரசிம்மரையும், மேற்குவீதியில் கோவில் கொண்டுள்ள ஆதிகேசவப்பெருமாளையும் நாம் காணமுடிகிறது.

இவ்விண்ணகரத்தில் முன்னர் பக்த பிரகலாதா நாடகங்கள் நடைபெற்று பத்து நாள் திருவிழா கொண்டாடி நரசிம்ம ஜெயந்தி

அன்று தீர்த்தவாரி, மாசிமகம் அன்று தீர்த்தவார், காரத்திகக் மாத ஞாயிற்றுகிழமை தீர்த்தவாரி. ஆகியநிகழ்வுகள் சிவன் கோவில் எதிரில் உள்ள சப்தசாகரம் என்று அழைக்கப்படும் குளத்தில் சிவபெருமானுடன் உலாவந்து திருக்குளத்தில் எதிரும் புதிருமாக தீர்த்தவாரி நடைபெற்றுள்ளது.

கடந்த அம்பது ஆண்டுகளாக திருப்பணி நடைபெறாமல் இருந்த இக்கோவிலுக்கு 2018 ஜூன் இருபதாம் தேதி மஹா ஸம்ப்ரோக்ஷண கும்பாபிஷேகம் நடைபெற்றுள்ளது.

பேரழகு கொண்ட நான்கடிக்கும் மேலான சிலாரூபமாக ஸ்ரீ ஆதிகேசவப்பெருமாள் ஸ்ரீ தேவி ஸ்ரீபூதேவி சமேதராக எழுந்தருளி இருக்கும் இக்கோவில் பழைய கட்டமைப்பு மாறாமல் புதுப்பிக்கப்பட்டுள்ளது.

கும்பகோணம் அருகே பாபநாசத்திலிருந்து கிழக்கே 5 கிமீ தூரத்தில் இருக்கிறது இக்கோவில்.

# 20

# திருவானைக்கா ராஜராஜேஸ்வரம்

*1943 ஆம் ஆண்டு ஸ்ரீ சந்திரசேகரேந்திர ஸரஸ்வதி ஜகத்குரு ஸ்ரீ சங்கராச்சார்ய ஸ்வாமிகள் திருவானைக்காவலுக்கு விஜயம் செய்தபோது திருவானைக்காவல் வடக்குவீதியில் உள்ள சங்கரமடத்தின் பின்புறம் வடகிழக்குப்பகுதியில் புதர்மண்டியும் கட்டுமானம் இடிந்தும் எளிதில் யாரும் செல்லாமுடியாமலும் கவனிப்பாரற்ற நிலையில் பாழடைந்து போன நிலையில் ஒரு கோவில் இருப்பதைக் கண்டார். பாரத தேசத்தின் பல பகுதிகளுக்கு ஸ்வாமிகள் விஜயம் செய்யும் போது இப்படியான பராமரிப்பும் வழிபாடும் இன்றிசிதிலமடந்திருக்கும்கோவில்களைகண்டுஅதனை வழிபாடுகள் நடக்கும்படி புணரமைக்கும் பணியை செய்துவந்தார். புதர்களையும் மரங்களையும் அகற்றி இடிந்திருந்த கோவிலுக்குள் சென்று பார்த்தபோது அவ்விடத்தில் இரண்டு சிவாலயங்கள் இருப்பதைக் கண்டார். ஒன்று ராஜராஜேஸ்வரம் என்னும் ஆலயம். இன்னொன்று பஞ்சமுகேஸ்வரர் ஆலயம். இரண்டும் அடுத்தடுத்து அமைந்திருந்தது. அதிலுள்ள ஒரு சிவாலயத்தின் மூலவராக இருந்த லிங்கத்திருமேனி நான்கு பக்கங்களிலும் பரமசிவனது நான்குமுகங்கள் கொண்டதாக இருந்தது. அதற்கு நான்கு புறங்களிலும் நான்கு வாயிலும் மேலே ஒரு வாயிலாக ஐந்து வாயில்களைக்கொண்டு அக்கோவில் அமைக்கப்பட்டு இருந்ததைக் கண்டார். (ஆதாரம். ஸ்ரீ ஜகத்குரு திவ்ய சரித்திரம் நூல்)*

ஸ்ரீருத்ர மஹன்யாச மந்திரத்தில் தத்புருஷம் அகோரம் ஸத்யோஜாதம்வாமதேவம்ஈசானம்என்கிறஐந்து வேதமந்திரங்களில்

கூறப்பட்டுள்ள ஈசனின் ஐந்து முகங்களே இந்தப் பஞ்சமுக லிங்கத்தின் தத்துவமாகும். கிழக்கு முகமாக உள்ளது தத்புருஷம் (சாம வேதம்) மேற்கு முகமாக உள்ளது சத்யோஜாதம் தெற்கு முகமாக உள்ளது அகோரம் (அதர்வண வேதம்) வடக்கு முகமாக உள்ளது வாமதேவம் (யஜூர்வேதம்) ஐந்தாவது முகமாயுள்ளது ஈசானம் தேஜோரூபம் அது அரூபமாக விளங்குகிறது. மிகவும் புனிதத்தன்மை வாய்ந்த இந்த ஆலயங்களைப் பழுது பார்க்கச்செய்து 13.6.1943 அன்று ஸ்வாமிகளே முன்நின்று கும்பாபிஷேகத்தையும் நடத்தி வைத்தார்கள்.அன்று முதல் இந்த ஆலயங்களுக்கு பூஜையும் நடைபெற்று வருகின்றது.திருவானைக்காவல் தல புராணம் இந்த ஆலயம் குபேரனால் பிரதிஷ்டை செய்யப்பட்டது என கூறுகிறது. நேபாளநாட்டில் இவ்விதமான ஐந்துமுக மகாலிங்கமும் ஐந்து வாயில்களோடு கூடிய சிவாலயமும் இங்குள்ளது போலவே உள்ளது அது ஆதிசங்கரரால் பிரதிஷ்டை செய்யப்பட்டுள்ளது. ஒவ்வொரு வருடமும் சிவராத்திரி காலத்தில் லட்சக்கணக்கான பக்தர்கள் நேபாளம் சென்று அந்தப் பசுபதீஸ்வர லிங்கத்தை தரிசித்து வருகின்றனர். நம் நாட்டில் வேறு எங்கும் காணமுடியாத இந்தகைய பஞ்சமுகேஸ்வரர் ஆலயத்திற்கு திருவானைகாவல் வரும் பக்தர்கள் தவறாது தரிசிக்க வேண்டும்.

திருவானைகா வடக்கு வீதியில் சங்கரமடம் உள்ளது அதை ஒட்டி உள்ள சாலையில் மூக்கறுந்த பிள்ளையார் கோவிலுக்கு எதிரில் இந்த ஆலயம் இருக்கிறது. சங்கர மடத்தின் உள்பக்கமாக செல்லும் வழி ஒன்றும் உள்ளது ஆனால் அது பொது வழியல்ல.

முன்பக்கம் அடித்தளம் மட்டும் கொண்டு கோபுரம் அற்றவாயில் தான் நம்மை முதலில் வரவேற்கிறது. கிழக்கு நோக்கி உள்ள அந்த வாயிலின் வழியே நாம் உள்நுழைந்தால் பலிபீடமும் நந்தியும் சன்னதி நோக்கி இருக்கக் காண்கிறோம். நந்திக்கு தனியே மண்டபம் இன்றி கூரை வேயப்பட்டுள்ளது.முகமண்டபத்தில் வலதுபுறம் அனுமன் கைகூப்பிய நிலையில் பிரதிஷ்டை செய்யப்பட்டுள்ளது. சிவன் கோவிலில் பெரும்பாலும் முருகன் சிலைதான் இந்த இடத்தில் இருக்கும் சற்று வித்யாசமாக இங்கு

அனுமன் எழுந்தருளியுள்ளார். முகமண்டபம் கடந்து அர்த்த மண்டபத்திலிருந்து அம்பாளையும் ஈஸ்வரனையும் ஒரே சமயத்தில் தரிசிக்கும் படியான அமைப்பில் ராஜராஜேஸ்வரி அம்மன் தெற்கு நோக்கி கோவில்கொண்டுள்ளாள். ஸ்வாமி ராஜராஜேஸ்வரர் லிங்கஸ்வரூபமாக கோவில்கொண்டுள்ளார்.

கோவில் திருச்சுற்றில் தெற்குப்பகுதியில் ஒரு மேடைபோன்ற அடிதள அமைப்பு கோவில் கட்டுமானத்தைப் போல அமைந்துள்ளது. இத்தகைய பிரத்யேகமான அமைப்பு ஏதேனும் சிறப்பு வழிபாடு அல்லது கலைஅரங்கேற்றம் போன்றவைகளுக்காக ஏற்படுத்தப்பட்டிருக்கலாம். தலவிருட்சம் மகாவில்வம், இரண்டுதள விமானத்தை, கடக்கும் போதே தேவகோட்டத்தில் தட்சிணாமூர்த்தியின் தரிசனம் காணக்கிடைக்கிறது. கோட்டத்தில் இருந்தாலும் தனியே மண்டப அமைப்பு ஏற்படுத்தி வழிபாடு நடந்துவருகிறது. கன்னிமூலையில் கணபதி கருவறையின் நேர்பின்புறம் வள்ளி தேவையானையுடன் மயில்மீதமர்ந்த சுப்ரமணியர், அடுத்து கஜலட்சுமி ஆகிய தனி சன்னதிகள் உள்ளது. பிரகாரத்தை வடக்குப்பக்கம் வலம்வரும்போது அம்பாள் சன்னதியின் நேர்பின்புறம் சண்டிகேஸ்வரர் சன்னிதியை அடுத்து சிறிய கிணற்றையும் காண்கிறோம் வலம் முடித்து நந்திதேவன் பலிபீடம் தாண்டி நமஸ்கரித்து எழுந்தால் நம் எதிரே சதுரமும் அல்லாத செவ்வகமும் அல்லாத ஒரு அமைப்பில் பெரிய தூண்களைக் கொண்ட மண்டபம் தெரிகிறது. அதன் உள்தான் பஞ்சமுகேஸ்வரர் ஆலயம் இருக்கிறது. பஞ்சமுகேஸ்வரர் ஆலயத்திற்கு செல்வதற்கு மண்டபத்தின் வடக்கு புறமாக சன்னதியின் உள் நுழைகிறோம். நான்கு அடி மேடை மீது அழகிய முகங்களைக்கொண்ட பஞ்சமுக லிங்கத்தை தரிசிக்கும் போது நாட்டில் எங்கும் காணக்கிடைக்காத லிங்கஸ்வரூபத்தின் முன் நிற்கிறோம், மகாபெரியவர் கண்டு உலகிற்கு காட்டிய அதே ஈஸ்வரனின் முன் நிற்கிறோம் என்னும் பரவசம் படர்கிறது. லிங்கத் திருமேனியின் நான்கு திசைகளிலும் நான்கு முகங்கள் மேல்பகுதி அரூபமாக, ஆவுடையார் தாமரை அடித்தளத்தின் மீது அமைக்கப்பட்டுள்லது.லிங்கத்தின் நான்கு

திசைகளிலும் கருவறையில் சாளரம் போன்ற வாசல் இருக்கிறது. தற்காலிக ஏற்பாடாக கம்பி போட்டிருந்தாலும் நான்கு திசைகளில் இருந்தும் ஈசனை தரிசிக்க முடியும். நேர்எதிரில் அம்பாள் திரிபுரசுந்தரி சன்னிதி. இங்கும் ஒரே நேரத்தில் அம்பாளையும் ஈஸ்வரனையும் தரிசிக்கலாம்.

தலவரலாறாக தொன்று தொட்டு இக்கோவில் சார்ந்த கதை ஒன்று சொல்லப்பட்டு வருகிறது.

இராவணன் குபேரன் இருவருமே விச்ரவஸ்சின் புதல்வர்கள். விச்ரவஸ் மற்றும் ரிஷி குமாரி இலவித தேவிக்கும் பிறந்தவர் குபேரன். கேகசிக்குப் பிறந்தவன் இராவணன். இருவருக்கும் இடையே எப்போதும் பகை. ஒரு சமயம் பகை முற்றி இருவரும் யுத்தம் புரியும் அளவிற்கு அது வந்துவிட்டது. குபேரனின் அனைத்து செல்வங்களும் புஷ்பக விமானமும் ராவனனால் அபகரிக்கப்பட்டது. விரக்தியான குபேரன் மகாதேவரை வேண்டினான்.காவிரியின் தென்கரையில் ஈஸ்வரனுக்கு ஆலயம் அமைத்து அங்கு லிங்கப்பிரதிஷ்டை செய்து வழிபட்டுவா, மகாவிஷ்ணுவானவர் தசரதனுக்கு மகனாகப்பிறந்து யுத்தத்தில் ராவனனை வீழ்துவார் அப்போது உன்னிடமிருந்து பறிக்கப்பட்ட செல்வங்கள் உன்னை வந்து அடையும் என்கிற அசிரீரி குரல் கேட்டது அதன் படியே காவிரியின் தென்கரையில் ராஜராஜேஸ்வரம் எனும் இக்கோவிலை அமைத்து குபேரன் வழிபட்டு வந்த குபேரன் ராஜராஜேஸ்வரர் அருளால் இழந்த உடைமைகளை திரும்பப்பெற்றான் என்கிறது தலவரலாறு.

கோவிலின் கிழக்குப் பகுதியில் தனி மண்டபம் ஒன்று நீளவாட்டத்தில் அமைந்துள்ளது. அங்கு காலபைரவரை முதலில் தரிசிக்கிறோம் அடுத்து சதுஷ்சஷ்டிகலேஸ்வரர் முன் நாம் நிற்கிறோம். இத்தகைய லிங்கத்திருமேனி அஷ்டாஷ்டலிங்கம் என்றும் அழைக்கப்படுகிறது. அஷ்டம் என்றால் எட்டு அஷ்டாஷ்டம் என்றால் 8x8 =64. இந்த லிங்கத்திருமேனியில் ஈசனின் *64* முகங்களைக் குறிக்கும் விதமாக அறுபத்து நான்கு வரைக்கோடுகள்

புடைப்பாககாணப்படுகிறது. அருகிலேயே சதுஷ்சஷ்ட்டிகலேஸ்வரி அம்மனும் எழுந்தருளியுள்ளார். சதுஷ்சஷ்ட்டிகலேஸ்வரரின் பின்புறம் நம் பார்வைக்குத் தெரியும்படியாக நான்கு பாணலிங்கங்கள் பிரதிஷ்டை செய்யப்பட்டுள்ளது. இவைகள் நான்கு வேதங்களையும் குறிக்கின்றன.

கோவிலினுள்ளே பெரிய வெளிப்பிரகாரத்தில் நெல்லி, தென்னை போன்ற பல்வேறு மரங்கள் சூழ்ந்து ரம்யமாக காட்சி அளிக்கிறது.

தேய்பிறை அஷ்ட்டமிகளில் பைரவருக்கு சிறப்பு அபிஷேக ஆராதனைகள் நடைபெறுகிறது. பௌர்ணமி, பிரதோஷம், சிவராத்ரி, போன்ற நாட்களில் விசேஷ ஆராதனைகள் நடைபெறுகின்றது. சனிப்பிரதோஷம், போன்றநாட்களில்அன்னதானம்நடைபெறுவதாக அறிவிப்புப்பலகை தெரிவிக்கிறது.

காலை 6.30முதல் 9.30 வரையிலும் மாலை 5.30 முதல் 7.30 வரையிலும் கோவில் திறந்திருக்கும்.

ஸ்ரீரங்கம்ரங்கநாதர்கோவில், திருவானைக்காஅகிலாண்டேஸ்வரி கோவில், சமயபுரம், மலைக்கோட்டை போன்ற பிரசித்திபெற்ற கோவில்களுக்கு வரும் பக்தர்கள் இத்தகைய அபூர்வமான பஞ்சமுக லிங்கம் அமைந்துள்ளதும் மகாபெரியவர் கண்டு வெளிக்கொணர்ந்ததுமான ராஜராஜேஸ்வரி சமேத ராஜராஜேஸ்வரர் கோவிலுக்கும் வந்து ஈசனின் அருளை பெறவேண்டும்.

## வழி

திருவானைக்காவல் வடக்கு உள்வீதியில் சங்கரமடத்தினை அடுத்துள்ள திருவள்ளுவர் தெருவில் மூக்கறுந்தவிநாயகர் கோவிலுக்கு எதிரில் உள்ளது.

# 21

# திண்ணியம் சந்தானகோபாலசுவாமி

திண்ணியம் பசுமை வயல்கள் சூழ்ந்துள்ள எழிலார்ந்த பகுதி. கிழக்கு மேற்காக நீண்டிருக்கும் அக்ரஹாரத்தின் மேற்கு பகுதியில் கிழக்கு நோக்கி எழுந்தருளியிருக்கிறது ஸ்ரீசந்தானகோபாலஸ்வாமி ஆலயம். மூலவர் லஷ்மி நாராயணப்பெருமாள். உற்சவர் ஸ்ரீருக்மணி ஸ்ரீசத்யபாமா சமேத ஸ்ரீசந்தான கோபாலஸ்வாமி. ஸ்ரீவைகாசன பகவத் சாஸ்திரமுறைப்படி இரண்டுகால பூஜை நடைபெற்றுவருகிறது. பொதுவாக அக்ரஹாரங்களில் இரண்டு திசைகளிலும் பெருமாள், மற்றும் சிவன் கோவில் இருக்கும்படியாக அமைக்கப்படுவது வழக்கம். திண்ணியத்தில் மேற்கில் பெருமாள் கோவிலும், ஈசான்யத்தில் சிவன் கோவிலும், வடக்கில் முருகன் கோவிலும் அமந்துள்ளது. மூன்று தெய்வங்களின் பார்வைபடும்படி அமைந்துள்ள என்கிற அர்த்தத்தில் த்ரிநயனம் என்றழைக்கப்பட்டு காலப்போக்கில் திண்ணியம் என்று மருவிவிட்டதாக ஊர் பெரியவர்கள் சொல்கிறார்கள்.

ஆயிரம் ஆண்டுகளுக்கு முன்பாக கட்டப்பட்டதாகச் சொல்லப்படுகிறது இக்கோவில். கருங்கல் கட்டுமானம். கருவறை, அர்த்தமண்டபம், முகமண்டபம் ஆகியவைகளில் சோழர்காலத்து கட்டிடக்கலை தெரிகிறது. முகமண்டபத்துக்கு வெளியே நிறுத்திவைக்கப்பட்டிருக்கும் ஸ்ரீவேணுகோபாலன் சிலாரூபம் பல்லவர்கால கலைப்பாணியை கொண்டு விளங்குகிறது. இச்சிற்பம் நான்கு அடி உயரத்திற்கு மேல் மிகுந்த வேலைப்பாடு உடையதாக இருக்கிறது. ஆபரணங்களும், உடையும், நேர்த்தியான

முக அமைப்பும் ஸ்ரீவேணுகோபாலனை நேரில் கான்பது போல இருக்கிறது.

கோவிலுக்குள் நாம் நுழைந்ததும் நம்மை வரவேற்பது புதிதாகக் கட்டப்பட்டுள்ள மண்டபத்தில் பெருமாளை நோக்கி கைகூப்பியிருக்கும் கருடாழ்வார், அடுத்து இடது புறம் துலாபாரம்.

ஒரு குடும்பத்திற்கான அடிப்படை ஆதாரம் கணவன் மனைவி ஒற்றுமையும், மக்கட்பேறும் ஆகும். மூலவர் லஷ்மி நாராயணரை வணங்கி அர்ச்சிக்க கணவன் மனைவி அன்னியோன்யம் கூடும். பெருமாள் மடியில்வீற்றிருக்கும் தாயார் பெருமாள் முகத்தைப் பார்த்தவண்ணம் உள்ளார். பக்தர்கள் தங்கள் வேண்டுதலை பெருமாளிடம் சமர்ப்பிக்கும் போது தாயார் பக்தர்களுக்காக பரிந்துரைக்கிறார் என்பது ஐதீகம். கருத்தொற்றுமை இன்றி இல்வாழ்க்கையில் அன்றாடம் பிரச்சினைகளை சந்திக்கும் தம்பதியர் ஒருமுறை இத்தலத்துக்கு வந்து பெருமாளையும் தாயாரையும் சேவித்துச் சென்றால், மகிழ்ச்சியான இல்வாழ்க்கை அமைந்து விடுகிறது என்று இங்கு வந்து சென்ற தம்பதியர்கள் தெரிவிக்கின்றனர். சமீபகாலமாக நாடிஜோதிடம் பார்த்த இடத்தில் இக்கோவிலுக்கு சென்றுவரச்சொன்னார்கள் என்று தம்பதி சமேதராக பலர் வந்து பெருமாளை சேவித்துச் செல்கின்றனர். திருமணம் ஆக வேண்டி விரலிமஞ்சள் கட்டும் வழக்கம் இங்கு தொன்று தொட்டு இருந்து வருகிறது. திருமணம் ஆனபின் தம்பதியராக வந்து பெருமாளை சேவிக்கின்றனர்.

உற்சவர் ருக்மனி சத்யபாமா சமேத ஸ்ரீசந்தானகோபாலஸ்வாமி. சந்தான பாக்யம் அருளும் வரப்பிரசாதி. மிக அழகான திருமேனி. ஆடை ஆபரணங்களுடன் கோபாலன் குழலூத பட்டி, நந்தினி, எனும் பசுக்கள் பெருமாள் காலடியில் மெய்மறந்து நிற்கும் காட்சியை அப்படியே உற்சவராக வடித்துள்ளனர். இவ்வூரில் இப்பெருமாளின் அனுக்கிரஹத்தால் இதுவரை சுவீகாரம் எடுக்கும் நிலை யாருக்கும் வந்ததில்லை என்பதிலிருந்து பெருமாளின் கீர்த்தியை உணரமுடிகிறது. திண்ணியத்தில் இருந்து சென்று

பல்வேறு நாடுகள் மாநிலங்களில் வாழும் பலருக்கும் இந்த அருள் இன்னும் கிட்டிவருகிறது என்பது நிதர்சனம்.

புத்ர தோஷம் நீக்கி சந்தான பாக்யம் தரும் சிறப்புமிக்க பிரார்த்தனைத்தலமாக விளங்குகிறது இக்கோவில். இவ்வாலயம் வந்து புத்ரபாக்கியம் பெற்றோர் பலர் குழந்தை பிறந்தபின் துலாபாரம் கொடுக்கிறார்கள். சமீபத்தில் துலாபாரம் கொடுக்க ஒரு இளைஞர் வந்தபோது குழந்தை எங்கே என்று கேட்டாராம் பட்டர். நான் குழதைக்காக பிரார்த்திக்க வில்லை எனக்கு வேலை கிடைக்க பிரார்த்தித்தேன் இப்போது நல்ல வேலை கிடைத்துள்ளது அதனால் பெருமாளுக்கு துலாபாரம் கொடுக்க வந்துள்ளேன் என்று ஆச்சர்யப்படுத்தினாராம்.

புத்ரபாக்கியம் இல்லாதவர்கள் இக்கோவிலுக்கு வந்து கோத்திரத்தை வ்ருத்தி செய்ய நல்ல ஆயுளுள்ள புத்ரனை சீக்கிரம் தரவேண்டும் என்று ஒருமுறை ப்ராரத்தித்து வெண்ணெய் நைவேத்யம் செய்து அர்ச்சனை செய்தால் பட்டி, நந்தினி, பசுக்களுடன் வேணுகாணம் இசைத்துக்கொண்டிருக்கும் பெருமாள் ஓடோடி வந்து அருள்புரிகிறார். அவ்வாறு பிரார்த்தனை செய்பவர்கள் ஸ்ரீசந்தானகோபாலஸ்வாமி இடையில் கட்டியிருக்கும் கிங்கிணி, அரணா, நாய்காசு, சூரியகாசு, சந்திரகாசு, தாயத்து, மணி, ஆகியவைகளை வாங்கி தங்கள் மடியில் வைத்துக்கொண்டு பிரார்த்தனை செய்துகொள்வது இங்கு வழக்கமாக இருக்கிறது. இதன் காரணமாக கண்ணனே அவர்கள் மடியில் தவழ வருவான் என்பது ஐதீகம்.

இவ்வாலயத்திற்கு தெற்கே பல்குண நதி ஓடுகிறது. முற்காலங்களில் ஆவணி மாத்தில் கோகுலாஷ்டமி அன்று உற்சவர் ஸ்ரீ சந்தானகோபாலஸ்வாமி தேவியருடன் பல்குண நதிக்கு சென்று தீர்த்தமாடி பின்பு ஆலயம் வந்து உறியடி உற்சவம் நடைபெற்றுள்ளது. சாதாரணமாக வீடுகளில் குழந்தை பிறந்து புண்ணியாகவசனம் நடக்கும்போது விரை(விதை)தானம் நெல் அல்லது தானியங்களை தானம் செய்வது வழக்கம். தானம் வாங்குபவர்கள் அதனை மடியில்

வாங்கிக்கொள்வார்கள். இவ்வாறு தானம் செய்தால் குழந்தைக்கு ஆயுள் விருத்தி ஆகும் என்பது நம்பிக்கை. கோகுலாஷ்டமி அன்று இங்கும் விரை(விதை)தானம் வழங்கப்படும் வழக்கம் இருந்துவருகிறது.

சன்னிதியில் சுதர்சனாழ்வார், ஆஞ்சநேயர், இருபக்கமும் எழுந்தருளியுள்ளனர். கோவில் திருச்சுற்றில் நதவனத்திற்கென்று தனிப்பகுதி அமைத்து திருத்துழாய் வளர்த்து வருகிறார்கள். ஏராளமான மலர்ச்செடிகள் நிறைந்திருக்கின்றன. கோவில் சுற்றுச்சுவரின் உள்ளே வரிசைக்கிரமமாக தென்னைமரங்கள் வளர்த்துள்ளனர். கோவில் வாசலில் இருந்து வலப்பக்க பார்த்தோமானால் கூப்பிடுதூரத்தில் தெற்குநோக்கி கோவில்கொண்டுள்ள திண்ணியம் சுரமண்யஸ்வாமி கோவிலை சேவிக்கலாம்.

## வழி.

திருச்சி லால்குடி அருகில் உள்ளது. திருச்சியில் இருந்து 32 கி. மீ

# 22

# சு.ஆடுதுறை அபராத ரட்சகர்.

தட்சனின் யாகத்தால் எழுந்த பாவத்தின் காரணமாக சப்த ரிஷிகளான அகத்தியர், வசிஷ்டர், பரத்வாஜர், பராசரர், கௌதமர், காச்யபர், கௌசிகர் ஆகியோர் ரிஷி பதம் இழக்க நேரிட்டது. பாவம் தீரவும் விமோசனம் பெறவும் ஏழு ரிஷிகளும் நீவா என்று அழைக்கப்படும் வெள்ளாற்றின் இரு கரைகளிலும் ஏழுஇடங்களில் சிவனை நினைத்து வழிபட்டனர்.அவைகள் காரியாந்துறை, திருவாலந்துறை,திருமாந்துறை, ஆடுதுறை,(சு. ஆடுதுறை)வசிஷ்ட துறை (திட்டக்குடி)திருநெல்வாயில் அறத்துறை,கடம்பந்துறை, ஆகும்.துறை என்பது ஆற்றின் கரையை குறிக்கும் ( படித்துறை என்பது போல) அவ்வாறு வெள்ளாற்றின் வடகரையில் மூன்று தலங்களும் தென்கரையில் நான்கு தலங்களும் உள்ளன, சு.ஆடுதுறை இந்த சப்த தலங்களுள் நான்காவதாக அமைந்திருக்கிறது.

அபராதரட்சகர் என்னும் திருப்பெயரிலே இறைவன் எழுந்தருளியிருக்கிறார். தமிழில் குற்றம் பொறுத்தவர், குற்றம் பொறுத்தருளிய நாயனார் எனவும் அழைக்கப்படுகிறார். அம்பாள் "சுகந்த குந்தளாம்பிகை" என்று அழைக்கப்படுகிறார். தமிழில் "எழில்வார்குழலம்மை" எனவும் "ஏலவார் குழலி அம்மை" எனவும் அழைக்கிறார்கள்.

சு.ஆடுதுறை என்று அழைக்கப்படும் இவ்வூரின் முன்னெழுத்தாக வரும் "சு" என்பதற்கு பல காரணங்கள் இங்கு வழக்கில் இருக்கிறது.

அதில் ஒன்று "சுரோத்ரியம் ஆடுதுறை" என்பதாகும். சுரோத்ரியம் என்றால் தமிழில் "வேதமோதுவோர்க்கு விடப்பட்ட இறையிலி நிலம் அல்லது அரசாங்க ஊழியம் செய்தவர்க்கு வழங்கப்பட்ட வரியில்லா நிலம்" என்று பொருள். அக்காலத்தில் அந்தணர்களுக்கு வழங்கப்பட்ட ஊராக இருந்திருக்கவேண்டும்.

இரண்டாவதாக சுவேதகேது முனிவர் சிவலிங்க பிரதிஷ்டை செய்து வணங்கி பாவம் நீங்கப்பெற்றதால் சுவேதகேது ஆடுதுறை என அழைக்கப்படுவதாகவும் தலபுராணம் கூறுகிறது. யார் அந்த சுவேதகேது? அவருக்கு ஏற்பட்ட பாவம் என்ன? பார்ப்போம்.

**சுவேதகேது** வேதகால ரிஷி. அவர் உத்தாலகரின் புத்திரன் மற்றும் சீடன். இருள் எனும் அறியாமையிலிருந்து வெளிச்சம் எனும் நிலையான சத்திய நிலையை அடைய ஒவ்வொரு ஜீவாத்மாவும் பிரம்ம வித்தையை குரு மூலம் உணர்ந்து கொள்ள வேண்டும் என உண்மையை உலகிற்கு உணர்த்தியவர். சாந்தோக்கிய உபநிஷத்தில் வரும் "தத்வமசி" எனும் மகாவாக்கியம் சீடனான சுவேதகேதுவிற்கு அவரது தந்தையும் குருவுமான உத்தாலகரால் சொல்லப்பட்டதுதான். மகாபாரதக்கதையில் வரும் அஷ்டவக்கிரன் உடன் ஜனகரின் வேள்விக்குச் சென்ற அதே சுவேதகேதுதான் இவர்.

ஒருநாள் சுவேதகேது தவம் புரிந்துவந்தபோது அவர் உச்சரித்த, அபாயம் அகற்றும் 'சிவாய நம' என்னும் மந்திரம் உச்சரிப்பில் தடுமாறியது. அவரது மனம் தவத்தில் நிலைகொள்ளாமல் குரங்குபோல் வெவ்வேறு நிகழ்வுகளில் தாவிக்கொண்டுஇருந்தது. இதுவரை இப்படி இருந்ததில்லையே? என்கிற மனக்குழப்பத்துடன் தனது தந்தையும், குருவும், ஆன உத்தாலகரிடம் சென்று "குருவே என் மனம் இன்று தவத்தில் நிலைகொள்ளாமல் தடுமாறுகிறது ஏன் என்று தெரியவில்லை என சொன்னபோது

மகனே! நீ தீர்த்த யாத்திரை சென்றபோது தாகத்தால் தவித்த உன்னை, திலோத்தமை மோகத்தால் மயக்கி தன் மாயா வனத்திற்கு கொண்டு சென்றாள். அந்தப் பகுதியில் யாத்திரை

மேற்கொண்டிருந்த முனிபுங்கவர்கள் பிருகு, மரீசி, அத்ரி, புலஸ்தியர், புலஹர், கிரது, வசிஷ்டர் ஆகியோர் பிரதோஷ காலம் வரவே அங்கிருந்த சிவலிங்கத்தை வழிபட்டனர். அந்த பூஜை வேளையில் நீ திலோத்தமையுடன் காதல் லீலை புரிந்து பேரின்பத்தை மறந்து சிற்றின்பத்தில் லயித்து இருந்தாய். இந்தக் குற்றத்தை செய்ததால் நீ இப்போது மனக்குழப்பத்தில் உள்ளாய். அந்த பாவம் அகல, நீவா நதியில் நீராடி லிங்க பிரதிஷ்டை செய்து தவம் இருந்து நீ வேண்டிக்கொண்டால் உன் பாவம் தொலையும்' என்று கூறினார்.

அதனைக்கேட்ட சுவேதகேது இப்படி ஒரு அபச்சாரம் நிகழ்ந்து விட்டதே என்று வருந்தி, தனது இந்த நிலைக்கு காரணமான திலோத்தமை மேல் தீராத கோபம் கொண்டு, தனது மனம் குரங்குபோல் அலைந்து திரிந்ததற்கு காரணமான திலோத்தமையை குரங்காக பிறக்க சபித்தார். பின்னர் தந்தை சொல்படி யாத்திரை சென்று நீவா நதியில் நீராடி சு.ஆடுதுறையில் நதிக்கரையில் சிவலிங்கம் பிரதிஷ்டை செய்து, தவம் இருந்து, ஈசனிடம் வேண்டி வணங்கி நின்றார். அவரது வேண்டுதலை ஏற்ற சிவபெருமான், அவருக்கு மன்னிப்பு வழங்கினார். இந்த நிகழ்ச்சியால் இறைவன் திருநாமம் அபராதரட்சகர் என்றானது. அன்று முதல் இறைவன் குற்றம் பொறுத்த குணக்குன்றாக சு.ஆடுதுறையில் அருள்பாலித்து வருகிறார். இங்குள்ள இறைவன் அபராதரட்சகர், குற்றம் பொறுத்தவர், குற்றம் பொறுத்தருளிய நாயனார் என்று பல்வேறு பெயர்களில் அழைக்கப்படுகிறார்.

இந்த குற்றத்தை மட்டும் ஈசன் பொருத்தருளவில்லை, பாவம் செய்து சுவேதகேதுவினால் சாபம் பெற்ற திலோத்தமை இந்த சாபம் தீர வழி என்ன? என்று தேவகுரு பிரகஸ்பதியிடம் முறையிட்டாள். தேவகுருவோ, சாபம் கொடுத்த சுவேதகேதுவையே சந்தித்து சாபம் நீங்க வழி கேட்குமாறு உபாயம் சொன்னார். அபராதரட்சகர் தலத்தில் தவம்செய்து கொண்டிருந்த சுவேதகேதுவை அடைந்து திலோத்தமை அறியாமையால் தான் செய்த தவறுக்கு மன்னிப்புக்கோரினாள். இந்த சாபத்திற்கு விமோசனம் என்ன? என்று கதறினாள்.

திலோத்தமையே! எனது சாபத்தை நானே திரும்பப் பெற இயலாது. நீ பூமியில் நீலன் என்னும் வானரமாய் பிறப்பாய், நான் தவம் செய்யும் இதே தலத்தின் ஈசனை தொழுது விமோசனம் பெறுவாய்' என்றார். பின்னர் நீலம் பூத்த உடலுடன் நீலன் என்னும் குரங்காக திலோத்தமை பிறந்தாள். அபராதரட்சகர் தலத்திற்கு நீலனாக வந்தாள். நீவா நதியில் நீராடி இறைவழிபாடு செய்தாள். அவர்தான் அபராத ! ரட்சகர் ஆயிற்றே நீலனை தனது அருட்பார்வையால் ஆட்கொண்டார்.

பின்னர், 'நீலனே! தேவர்கள் வானர வடிவில் கிஷ்கிந்தையில் தோன்றியுள்ளனர். நீயும் அவர்களுடன் சேர்ந்து கொண்டு ராமனுக்கு தொண்டு செய்வாய்' என்று கூறினார். அதன்படி ராமனுடன் இருந்து சேது சமுத்திரப் பாலம் அமைக்க உதவி செய்து பின்னர் அங்கதன், சுக்ரீவன், அனுமன், சுஷேணன் ஆகிய வானரர்களுடன் ஒருங்கே ஆடு துறைக்கு வந்து நீவா நதியில் நீராடி இறைவனை வணங்கி சாபம் நீங்க பெற்று மீண்டும் திலோத்தமையாக மாறினாள். வானரங்கள் நீராடியதால் அத்தலம் 'வானர ஸ்நான தீர்த்த புரம்' எனவும் அழைக்கப்படுகிறது. இப்போதும் இந்த தலத்தில் கோவிலுக்கு உள்ளும் வெளியேவும் வானரங்கள் சர்வசாதாரணமாக நடமாடுவதை பார்க்கலாம்.

மூன்றாவதாக இத்தலத்தில் உள்ள ஈசனை சுக்ரீவன் வழிபட்டதால் சுக்ரீவன் ஆடுதுறை என அழைக்கப்படுகிறது. அம்மன் சன்னதி எதிரில் உள்ள தூணில் சுக்கிரீவன், நீலன் சிற்பங்களை இன்றும் நாம் காணமுடிகிறது.

ஊரின் பெயர்க்காரணம் தெரிந்து கொண்டோமா? சரி வாருங்கள் கோவிலுக்குள் செல்வோம், ஞானசம்பந்தரால் பாடப்பெற்ற அழகிய நீவா நதி என்னும் வெள்ளாறு, அதை ஒட்டிய ஐந்து ஏக்கர் நிலத்தை சுற்றிக் கட்டப்பட்டுள்ள உயர்ந்த மதிலை கொண்டதாக எழிலார்ந்து விளங்குகிறது அபராதரட்சகர் திருக்கோவில். பெரம்பலூர் மாவட்டத்திலேயே மிக உயரமான ஏழு அடுக்கு கோபுரம் கொண்ட கோவில் இதுதான். 12 ஆம் நூற்றாண்டில் கட்டப்பட்ட கோவில் என

கல்வெட்டுக்கள் மூலம் அறிய முடிந்தாலும் கோபுரம் கி.பி.1450 ல் மல்லிகார்சுனராயர் என்பவரால் கட்டப்பட்டு உள்ளது. கோபுரத்தின் அடித்தளத்தில் கொடிப்பெண்களும் வாயிலின் இருபக்க தூண்களில் நடனப்பெண்களின் நடனக்காட்சிகளும் நெட்டுயர்ந்து நம்மை வரவேற்கிறது.கல்வெட்டுக்களின்படி வடகரை முடிகொண்ட சோழவளநாட்டில் உகளூர் கூற்றம் என்னும் நாட்டுப்பிரிவில் சு.ஆடுதுறை அமைந்துள்ளதாகத் தெரியவருகிறது.கோபுரம் தாண்டி உள்நுழைந்தால் உயர்ந்த கொடிமரத்தினை வணக்குகிறோம். அதன் வலப்புறம் பெரிய அலங்கார மண்டபமும் இடப்புறம் சிறிய ஆனால் மிக அழகிய ஊஞ்சல் மண்டபத்தையும் காணலாம்.பின்னர் நாம் அடைவது அழகிய ஓவியங்களைக் கொண்ட கல்யாணமண்டபம். விதானத்தை அண்ணாந்து பார்த்தால் கண்கொள்ளாக் காட்சியாக இருக்கிறது.அனைத்தும் நாயக்கர் கால ஓவியக்கலைக்கு சான்றாக பதினேழு வரிசை ஓவியங்களில் பதினோறு வரிசை ஓவியங்கள் இன்றும் அழியாமல் விளங்கி வருகிறது.ஆறு வரிசைஓவியங்கள் அழிந்துபட்டு என்ன ஓவியம் என புரிபடாமல் இருக்கிறது. எல்லாம் சிவன் தொடர்பான ஓவியங்கள். மார்கேண்டயன் வரலாறு,ஊர்த்தவ தாண்டவம், வீதி உலா, யானை பசு இரண்டு உடல்களும் ஒரு தலையுமான ஓவியம்,ஆடல், பாடல், வகைகள் என நிமிர்ந்து பார்த்து கழுத்தே வலியெடுத்துவிடும் அளவிற்கு கலைப்பொக்கிஷமாக விளங்குகிறது இம்மண்டபம்.

உள்ளே போவோமா? உள்மண்டபத்தின் இரண்டு பக்கமும் கணபதி, முருகனை வணங்கி மூலவரை தரிசிக்கிறோம். லிங்கவடிவமாக அபராதரட்சகர் எழுதருளி சேவை சாதிக்கிறார். சுவேதகேது காலத்திலிருந்து எத்தனையோ ரிஷிகள் மகான்கள், சிவனடியார்கள்,மன்னர் பெருமக்கள், வந்து நின்று தொழுத இடத்தில் நாமும் நின்று ஈசனை வணங்குகிறோம் என்று என்னும் போது இப்பிறவியில் பெற்ற பெரும்பேறு இது என்று உணரமுடிகிறது. ஐப்பசி அன்னாபிஷேகத்தின் போது லிங்கத்திருமேனி முழுதும் அன்னத்தால் அபிசேகிக்கப்பட்டு பார்ப்பதற்கு கைலாய மலையைப்போல இருக்கும் என உள்ளூர்

காரர் ஒருவர் வியந்து சொன்னார். மேலும் பங்குனி மாதம் *11,12,13* ஆம் தேதிகளில் சூரியனின் கதிர்கள் நேரடியாக கருவறையில் இருக்கும் லிங்கத்தின்மீது விழுந்து ஜொலிக்கும் என்றும் சொன்னார், அப்போது ஒருமுறை வந்து தரிசிக்க வேண்டும் என ஆவல் எழுவது நிஜம். சூரியன் என்ற உடன் திருச்சுற்றில் இருக்கும் சூரியன் சன்னதியை பற்றிச் சொல்லவேண்டும், சிலையே இல்லாத பீடம் மட்டுமே இருக்கும் சூரியன் சன்னதியை இங்கு மட்டும்தான் பார்க்க முடியும், ஈசனை தரிசித்து விட்டு முகமண்டபத்தில் தெற்கு நோக்கி இருக்கும் அம்மன் சன்னதி வருகிறோம் "சுகந்த குந்தளாம்பிகை" அலங்காரம் செய்து அற்புதமான திருக்கோலத்தில் காட்சி தருகிறாள் அம்மை.

திருச்சுற்றில் அறுபத்துமூவர், நவக்கிரகங்கள், சைவக்குரவர், வள்ளளார், சப்தமாதர், வலஞ்சுழி விநாயகர், தண்டபாணி, வள்ளி தெய்வானை சமேத சுப்ரமண்யர், விசாலாட்சி விஸ்வநாதர், பெருமாள் கஜலட்சுமி, சரஸ்வதி, வீரபத்திரர், என ஆகமவிதிப்படி அழகுற கோவில் கொண்டுள்ளனர்,தட்சிணாமூர்த்தி தேவகோட்டத்தில் இருந்தாலும் அதற்கு தனி மண்டபம் கட்டி விமானம் எழுப்பியுள்ளனர். இதில் தனிச்சிறப்பு என்னவென்றால் அறுபத்து மூவர் சிலைகள் அனைத்திற்கும் அதனதன் மேல அவர்களின் அழகிய உருவங்கள் ஓவியமாகத் தீட்டப்படுள்ளது. சிலைகளில்காட்டமுடியாத ஜாலத்தை ஓவியன் ஓவியங்களில் காட்டியுள்ளான், உடல் நிறம், உடை,கையில் உள்ள கருவிகள் என துல்லியமாக வரையப்பட்ட ஓவியங்கள் அவை.அதேபோல சப்த கன்னியர் ஓவியங்கள் சிலைகளுக்கு மேலே யாரோ ஒரு ரசனைக்காரரின் கைவண்ணமாக இருக்கிறது. அவைகளை இன்னும் பாதுகாக்கும் கோவில் நிர்வாகத்தினை பாராட்ட வேண்டும்.

நான்குகால பூஜைகள்நடைபெறுகிறது.ஐப்பசிஅன்னாபிஷேகம், கார்த்திகை தீபம், நவராத்திரி, விஜய தசமி, மகரசங்கராந்தி, தீபாவளி, தமிழ்வருடப்பிறப்பு, சூரசம்ஹாரம், மகாசிவராத்திரி, ஆனி திருமஞ்சனம், தனுர்மாத பள்ளிஅறை பூஜை,ஆகியவை சிறப்பாக நடைபெறுகிறது. இப்பகுதி மக்களின் திருமணங்கள்

இக்கோவிலிலேயே நடக்கிறது. திருமணநாட்களில் ஒரே நேரத்தில் பல திருமணங்கள் இக்கோவில் நடை பெறுவது வழக்கம். மாசிமகம் அன்று இத்தலத்தில் உள்ள நீவாநதிக்கரையில் சுற்றுவட்டார மக்கள் கூடி நீராடி முன்னோர்களுக்கு திவசம் கொடுப்பது இங்கு பெரும் விழாவாக நடந்து வருகிறது. வரலாற்று ரீதியாகப் பார்க்கும் போது வலங்கை 98 பிரிவினர் இடங்கை 98 பிரிவினர் சேர்ந்து நாட்டு நிலங்களில்தங்களுக்கான உரிமை குறித்து உடன்படிக்கை செய்து கொண்டுள்ளது முக்கிய வரலாற்று ஆவணமாகக் கருதப்படுகிறது.

## வழி.

பெரம்பலூர் மாவட்டம் தொழுதூரில் இருந்து லப்பைகுடி காடு வழியாக 12 கிமீ தொலைவில் இருக்கிறது. தொழுதூர் திட்டக்குடி மார்க்கதில் ஆக்கனூருக்கு தெற்கே வெள்ளாற்றின் தென்கரையில் இக்கோவிலை அடையலாம். நான்கு கால பூஜை உண்டு, காலை 6.00 முதல் 12.00 வரை மாலை 4.00 முதால் 8.00 வரை.

# 23

## திருமியச்சூர் சிலையின் கலைநயம்

பாவத்தில் மிகப் பெரிய பாவம், கடவுளை தரிசிப்பதற்கு ஆசைப்படும் ஒருவரை தடை செய்வது தான். அதுபோல ஒருவரின் உடல் குறைபாட்டினைச் சுடிக்காட்டி கேலி செய்வதும் மகாபாவம் தான். சூரியன் இந்த இரண்டும் பாவங்களையும் செய்தான். அருணன் அங்கஹீனம் கொண்டவன், சூரியனின் ரதத்தைத செலுத்துகிறவன். கயிலாயத்திற்குச்சென்று ஈசனைதரிசிக்க வேண்டும் என்று அவனுக்கு பேராவல். சூரியனிடம் அனுமதி கேட்டான். சூரியன் மறுத்ததுடன், கூடவே அருணனின் உடற் குறையைச் சொல்லி ஏளனம் செய்தான். பக்தி மேலீட்டால் எப்படியாவது கயிலாயம் சென்று ஈசனை தரிசித்து விடவேண்டும் என்று நினைத்த அருணன் மோகினிப் பெண்ணாக உருவெடுத்து திருக்கயிலாயம் சென்றான். சிவனையும் தரிசித்தான். சிவதரிசனம் கிடைத்த மகிழ்ச்சியில், திரும்பி வந்த அருணன், சூரியனிடம் தான் மோகினி உருவெடுத்து கயிலாயம் சென்று ஈசனை வழிபட்டு வந்த செய்தியை கூறினான் நம்பாத சூரியன், நீயா ? மோகினிப்பெண்ணாகவா? சாத்தியமே இல்லை... எங்கே இப்போது மோகினியாக உருவெடுத்து காட்டு அப்போது தான் நான் நம்புவேன் என்றான். அருணன், மோகினியாக மாறினான். அந்தப்பேரழகில் சூரியன் மயக்கினான். தன்னை பழித்தவனை கூட மன்னிக்கும் ஈசன், தன் பக்தனை பழிப்பவரை மன்னிக்கமாட்டாரல்லவா? தனது பக்தனைத் தடுத்து, அவனது ஊனத்தைக் ஏளனம் செய்ததற்காக

கோபம் கொண்டு சூரியனைச் சபித்தார். ஒளியற்றுப் போனான் சூரியன். கதறிய சூரியன் ஈசனிடம் மன்னிப்பு கோரினான். இந்த சாபத்திற்கு விமோசனம் தந்தருள வேண்டும் இறைவா என கதறினான். ஏழு மாதங்கள், மேகமண்டலத்தில் எங்களை யானை மீது வைத்து பூஜித்து வா. அப்போது தான் உனது பாவம் தீரும்' என அருளினார் ஈசன். மேகமண்டலத்தில் யானை மீது, சிவபார்வதியை வைத்து பூஜை செய்யத்துவங்கினான் சூரியன். சூரியன் அவரசக்காரன், ஏழு மாதங்கள் முடிவதற்கு முன்பே, உமையுடன் இருந்த ஈசனிடம் மனமிறங்கவில்லையா ? இன்னும் சாப விமோசனம் தரவில்லையே?' என்று கேட்கப்போக, உடன் இருந்த பார்வதி தேவி சினம் அடைந்தாள். நிதானம் இல்லாத சூரியனைப்பார்த்து கோபம்கொண்டு கடும் உக்கிரத்துடன் சாபம் கொடுக்க எழுந்தாள். "தடித்த ஒர் மகனைத் தந்தை ஈண்டடித்தால் தாயுடன் அணைப்பள் தாயடித்தால் பிடித்தொரு தந்தை அணைப்பன்" என்று வள்ளலார் பாடியதைப்போல ஈசன் பதறினார். முன்பு கொடுத்த சாபத்தால் இருளில் மூழ்கினான் சூரியன், மேலும் சாபமா? இன்னொரு சாபம் கொடுத்தால், இந்த உலகம் என்னாவது? வேண்டாம் தேவி, சாந்தமாக இரு!' என்று உமையவளை அமைதிப்படுத்தினார். இந்தக் காட்சியை மனதில் நிறுத்தி சிற்பி வடித்த அழகான கலை பொக்கிஷம் லலிதாஸகஸ்ரநாமம் உதித்த திருவாரூர் மாவட்டம் லலிதாம்பிகை கோவில் என்றழைக்கப்படும் அருள்மிகு மேகலாம்பிகை சமேத சகலபுவனேஸ்வரர் (மேகநாதர்) திருக்கோவில் கோஷ்ட்டத்தில் இன்றும் காணலாம்.

ஈசன் உமையின் முகவாயைப் பற்றி கோபம் வேண்டாம், சாந்தம் கொள், என்று சாந்தப்படுத்துகிறார். உமைக்கோ கோபம் தணியவில்லை, இருந்தாலும் தன் நாயகன் கேட்கிறாரே என்கிற கருணையும் கூடவே தொக்கி நிற்க, கோபத்தையும், புன்னகையையும் ஒருங்கே வெளிப்படுத்தும் முகபாவனை. உமையின் வலப்புறம் நாம் நின்று பார்க்கும் போது அதாவது ஈசன் பார்வைக்குத் தெரியும் பகுதி கோபம் உள்ளதாகவும் உமையின் இடப்புறம் நாம் நின்று நோக்கும்

போது அதாவது ஈசன் பார்வைக்குத் தெரியாத பகுதி புன்னகை பூக்கும் விதத்திலும் இக்கலைவடிவம் உள்ளது. திருமீயச்சூர் திருக்கோவிலுக்குச் செல்லும் அன்பர்கள் இக்கலை பொக்கிஷத்தை கண்டுவரலாம். காணக் கண்கோடி வேண்டும்.

# 24

# பொன்னமராவதி குமரமலை முருகன்

புதுக்கோட்டை மாவட்டம் பொன்னமராவதி அருகில் உள்ளது குமரமலை. பழனிமலைக்கு காவடி எடுத்து பாதயாத்திரையாக செல்லும்வழக்கம் இப்பகுதி மக்களிடம் தொன்று தொட்டு இருந்து வருகிறது. அவ்வாறு தொடர்ந்து யாத்திரை சென்ற ஒரு பக்தருக்கு முதுமை காரணமாக நடக்க முடியாமல் போனது. பக்தரின் கனவில் தோன்றிய குமரக்கடவுள் உனக்காக நான் அருகில் உள்ள குன்றிலேயே எழுந்தருள்கிறேன் அதற்கான அடையாளமாக அவ்விடத்தில் திருநீற்றுப்பையும், ருத்திராட்சமும், இருக்கும் எனச் சொல்லி மறைந்தார். மறுநாள் எழுந்து அருகில் இருந்த குன்றின் மேல் ஏறி பார்த்தபோது சங்கம் புதர்செடியின்கீழ் திருநீற்றுப்பையும் ருத்திராட்சமும் வேலும் இருக்கக் கண்டார். அதனையே முருகனாக கருதி வழிபடலானார். பின்னாளில் புதுக்கோட்டை சமஸ்த்தான மன்னர் வகையாறாக்களால் கோவிலாக எழுப்பப்பட்டது. இப்போது அந்த சங்கம் புதர்ச்செடி கருவறையை ஒட்டி இருப்பது அதிசயமாகும். குமரமலையின் இருப்பிடம் மிக்க அழகுடையதாக இருக்கிறது. பிரம்மாண்டமான குளத்தின் துவக்கத்தில் இருக்கிறது அக்குன்று. குன்றின் கீழ் பகுதியில் கோவிலுக்கான சிறு குளமும் தனியே இருக்கிறது. கோவிலை சுற்றியுள்ள குளத்தில் நீர் நிறைந்திருக்கும் காலங்களில் குன்றின்மேல் இருக்கும் கோவிலில் இருந்து பார்ப்பதற்கு கண்கொள்ளாக்காட்சியாக இருக்கும் என்றார் உடன் வந்த உள்ளூர்க்காரர்.

இப்பகுதி மக்களின் கண்கண்டதெய்வமாக விளங்கும் தண்டாயுதபாணி ஸ்வாமியின் அற்புதங்களை மனமுருகச் சொல்கிறார்கள் இவ்வூர் பக்தர்கள்.

நான் இக்கோவிலுக்குச் சென்றிருந்தபோது ஒரு அம்மணி முருகனுக்கு தட்டில் சாக்லெட் வைத்து அர்ச்சகரிடம் கொடுத்துக்கொண்டிருந்தார். எனக்கு ஆச்சர்யமாக இருந்தது. பூ, பழம், தேங்காய் கொடுத்து பார்த்திருக்கிறேன், இதென்ன சாக்லெட். அர்ச்சகரும் ஸ்வாமிக்கு முன் அதனை படைத்து தீபம் காட்டி அந்த அம்மணியிடம் தட்டினை கொண்டு வந்து கொடுத்தார். பிரகாரத்தை சுற்றிக்கொண்டிருந்த அந்த அம்மணியிடம் மெதுவாகப் பேச்சுக்கொடுத்து கேட்டேன், என்னங்க இது புதுசா இருக்கு. சாமிக்கு சாக்லெட் கொடுக்குறீங்க?. அது பெரிய கதைங்க என்று பிரகாரத்தில் ஒரு ஓரத்தில் உட்கார்ந்து சொல்லத் துவங்கினார். இன்னிக்கு என் மகனுக்கு பிறந்தநாள் அதனால தான் சாமிக்கு சாக்லெட் கொடுத்தேன் இந்தாங்க என்று எங்களுக்கும் சாக்லெட் கொடுத்தார்.

எனக்கு குழந்தை பிறந்த போது கிரக நிலை சரையில்லை எனவும் அதனால் தகப்பனுக்கு ஆகாது எனவும் ஜோசியர்கள் சொன்னார்கள். அதனால் குழந்தையை கொண்டுவந்து தண்டாயுதபாணியின் சன்னிதியில் வைத்து இனி இக்குழந்தை என்னுடையதல்ல உன்னுடையது என்று சொல்லி முருகனுக்கே தத்து கொடுத்துவிட்டோம்.இது இப்பகுதியில் தொன்று தொட்டு இருந்து வரும் பழக்கங்களுள் ஒன்றுதான் என்றார். பின்னர் அக்குழந்தைக்கு திருமண வயது வரும்போது மீண்டும் கோவிலுக்கு வந்து தத்து கொடுத்ததை திரும்ப பெற்றுக்கொண்டு திருமணத்தை நடத்துவோம் என்றார். இன்னும் என் மகனுக்கு திருமண வயது வரவில்லை அதனால் அவன் இந்த குமரமலைக் கடவுளின் குழந்தை தான் என்று மனமுறுகச் சொன்னார். பின்னர் பிரகாரம் சுற்றிவரும் போது அறிவிப்புப்பலகையில் அர்ச்சனை, பால்குடம்,

முடிகாணிக்கை, காதுகுத்து சீட்டு, சிறப்பு தரிசனம் இவைகளுடன் "பிள்ளை தத்து" என குறிப்பிட்டு ரூ.50 என குறிப்பிடப்பட்டிருந்ததை பார்க்கமுடிந்தது.

வாதநோயினால் அவதிப்படுபவர்கள் இக்கோவிலுக்கு வந்து படியில் தங்கள் காலடிகளை செதுக்கி வைக்கிறார்கள். அவ்வாறு செதுக்கியதன் காரணமாக நோய் குணமாகிறது எனும் நம்பிக்கையும் மக்களிடம் இருக்கிறது.சிலர் முழங்கை வரையிலும் கூட செதுக்கி வைத்திருப்பதை காணமுடிந்தது.

படியேறுவதற்குச் சிரமமின்றி இருக்கிறது குமரமலைக்குன்று. கிழக்கு நோக்கி இருக்கும் இருக்கும் படிகளில் நாம் மேற்குநோக்கி ஏறுகிறோம். முதலில் காண்பது மயில்வாகன மண்டபமும் அதை ஒட்டிய கொடிமரமும். கொடிமரத்திற்கும் மயில்வாகன மண்டபத்திற்கும் இடையே சிறிய அளவிலான பலிபீடம் இருக்கிறது. கொடிமரத்தினை அடுத்தும், பலிபீடத்திற்கு முன்னும் வேல் நடப்பட்டுள்ளது. அதற்கு வலப்புறமாக உயர்ந்த மகிழமரம் இருக்கிறது. அதன் கீழ் நாகர்களும், வேலும் பிரதிஷ்ட்டை செய்யப்பட்டு விருட்சத்தோடு சேர்த்து வலம் வருவதற்கு ஏற்றார்போன்ற அமைப்புடன் இருக்கிறது. அம்மரத்தில் சிறு தொட்டில்களும், துணியால் ஆன தூளிகளும், கட்டி தொங்க விடப்பட்டுள்ளது எல்லாம், வேண்டுதல்கள் நிறைவேறியதால் செய்த நேர்த்திக்கடன். இக்கோவிலில் பெண்கள் வளைகாப்பு செய்துகொள்ளும் பழக்கமும் இருக்கிறது. சுகப்பிரசவம் ஆவதற்காக பிரார்த்தித்துக்கொண்டு வேலுக்கு வளையல்கள் செலுத்தி வழிபாடு செய்கின்றனர்.

கோவிலை வலம் வந்தால் ஸ்ரீதுர்க்கை சன்னதியும், அதற்கடுத்து சங்கம் புதர்ச் செடியையும் காணலாம்.கோவிலின் பின் புறம் அய்யப்பனுக்கு தனி சன்னிதி இருக்கிறது. கார்த்திகை மாதநகளில் சபரிமலைக்கு மாலை அணிந்த அய்யப்ப பக்தர்கள் இங்கு கூடி பஜனை, வழிபாடு, போன்றவைகளை செய்கின்றனர். கோவிலின் வலப்புறம் குன்றிலிருந்து சற்று இறங்கினால் இயற்கை சுனை ஒன்று

இருக்கிறது. அதனைச் சுற்றி அழகிய குறுமதில் அமைக்கப்படுள்ளது. தற்போது நீர் இன்றி காணப்படுகிறது.

மூலவர் அழகிய வடிவம் கொண்டவராக இருக்கிறார். பழனி முருகனைப்போல இடுப்பில் கைவைக்காமல் கைகளை தொங்கவிட்ட படியே இருக்கிறார். தலையில் அந்தணச்சிறுவன் போல சிகைக்குடுமி இருக்கிறது. சின்னஞ்சிறிய பாலகனாய் கருணைக்கண்கொண்டு தன்னை நாடிவரும் பக்தர்களுக்கு தீராத வினைகளை தீர்த்து வைக்கும் இக்குமரமலை தண்டாயுதபாணி ஸ்வாமியின் அருள் பெற ஒருமுறை சென்று வாருங்களேன்.

ஆடிக்கிருத்திகை, தைப்பூசம், பங்குனி உத்திரம், கார்த்திகைமாத சோமவாரம், சஷ்டி, அமாவாசை, விசாக நட்சத்திரம், போன்ற தினங்களில் இங்கு முருகனுக்கு சிறப்பு வழிபாடு நடக்கிறது. கார்த்திகை மாதங்களில் மலை படிக்கட்டுக்கள் முழுவதும் விளக்கேற்றி அதி அற்புதமாக இருக்கும் என்கிறார்கள் இவ்வூர் பக்தர்கள்.

புதுக்கோட்டையிலிருந்து 11கிமீ தொலைவில் இருக்கிறது குமரமலை. காரையூர் வழியாக பொன்னமராவதி செல்லும் பேருந்து இக்குமரமலை வழியாகச் செல்லும். கோவில் நடை திறந்திருக்கும் நேரம். காலை 7.00 முதல் மதியம் 12.00 வரை. மாலை 5.00 முதல் இரவு 8.00 வரை. இந்துசமய அறநிலையத்துறையின் கட்டுப்பாட்டில் தற்போது இருக்கிறது இக்கோவில்.

தேனிமலை முருகன், வையாபுரி மலை முருகன், ஆகிய திருக்கோவில்களும் இங்கிருந்து சென்றுவரக்கூடிய தொலைவில்தான் இருக்கிறது. அதற்கான பயண ஏற்பாட்டோடு வந்தால் இந்த மூன்று மலைக் குமரக்கடவுளையும் தரிசிக்கலாம்.

# 25

# தெரனி ஆஞ்சனேயர்.

மனிதர்களுக்கான வேண்டுதல்களும், பிரார்த்தனைகளும், நாம் கேள்விப்பட்டவைதான். ஆனால் கால்நடைகளுக்குக் கூட பிரார்த்தனை செய்துகொண்டு வேண்டுதலை நிறைவேற்றும் வழக்கம் உள்ளது பெரம்பலூர் மாவட்டம் ஆலத்தூர் வட்டம் தெரனி எனும் கிராமத்தில் குடிகொண்டுள்ள பூதேவி ஸ்ரீதேவிசமேத வெங்கடாஜலபதி மற்றும் மலைமீது அமைந்துள்ள ஆஞ்சனேயர் கோவிலில்.

ஒருகாலத்தில் சின்ன ஏரி, பெரிய ஏரி, எனும் இரண்டு ஏரிகளின் நீர்ப்பாசனத்தால் முப்போகம் விளைந்து கொண்டிருந்தது அந்த ஊரில். பக்கத்தில் உள்ள பல்வேறு ஊர்களில் இருந்தும் தாணியங்கள் வாங்க இந்த ஊரைத்தேடித்தான் வருவார்கள். பசுமை சூழ்திருந்த புல்வெளிகளைக்கொண்ட அந்த ஊரில் ஆநிரைகளுக்குக் குறைவில்லை. ஒரு சமயம் ஒரேசமயத்தில் பல கால்நடைகளுக்கு கடுமையான நோய்த்தாக்குதல் ஏற்பட்டது. ஒன்றன்பின் ஒன்றாக நோய்வீரியத்தின் காரணமாக மாடுகளும் ஆடுகளும் இறக்க நேரிட்டது. எனவே, நோய் கண்ட கால்நடைகளிடமிருந்து நோய் மற்ற கால்நடைகளுக்கு பரவாமல் இருக்க ஊரில் இருந்த மலைக்கு நோய் கண்ட கால்நடைகளை விரட்டி விட்டனர். அவ்வாறு விரட்டப்பட்ட கால்நடைகள் ஒரிரண்டு தினங்களில் திரும்பும் போது ஆரோக்கியத்துடனும், முன்பைவிட அதிக உற்சாகத்துடனும் இருப்பதை காணமுடிந்தது. இது அவ்வூர் மக்களுக்கு ஆச்சரியத்தை

கொடுத்தது. எப்படி இது நிகழ்கிறது என்பதை அறியாத அம்மக்கள் இந்த அதிசயத்தை தெரிந்து கொள்வதற்காக மலையேறினர். மலையின் உச்சியில் அனுமன் புடைப்புச் சிற்பத்துடன் ஒரு கல்தூண் (ஸ்தம்பம்) இருக்க அதைச்சுற்றிலும் ஆநிரைகள் படுத்திருக்கக் கண்டனர். அந்த அதிசய கம்பத்தை அம்மக்களும் சுற்றி சுற்றி வந்து பார்த்தனர். அந்த இடமே ஒரு அமானுஷ்ய சக்தி உள்ளது என்பதை உணர்ந்தனர். கால் வலிக்க ஏறமுடியாமல் சிரமப்பட்டு ஏறிவந்த சில வயதானவர்கள் அக்கம்பத்தினை சுற்றியபின் சுறுசுறுப்பையும், உற்சாகத்தையும், அடைந்தனர். நம் எல்லா பிணிகளையும் தீர்க்க வந்த பெருமாளை கண்டுகொண்ட உற்சாகம் அவ்வூர் மக்களிடம் தொற்றிக்கொண்டது. ஊரில் உள்ள ஸ்ரீதேவி பூதேவி சமேத பிரசன்ன வெங்கடாஜலபதி கோவிலுக்கு வந்து பெருமாளை தொழுதனர். ஆஞ்சனேயருக்கு கோவிலுக்கு உள்ளேயே ஆலயம் எழுப்ப ஊர் கூடி முடிவெடுத்தனர். அன்றிரவே ஆஞ்சசேயர் அவ் ஊர் பிரமுகர் ஒருவர் கனவில் தோன்றி எனக்கான கோவிலோ சிலையோ எதுவும் எடுக்க வேண்டாம். சஞ்சீவி மலையினை தூக்கிச் செல்லும் வழியில் சிதறிய சில துண்டுகளில் இக்குன்றும் ஒன்று.இவ்வூரில் ஒரே நேர்க்கோட்டில் பெருமாளும் சிவனும் குடிகொண்டிருக்கின்றனர், அவர்களின் ஆகர்ஷணசக்தியினை முழுமையாகப் பெற்று இங்கு எழுந்தருளியுள்ள நான் இந்த பிரபஞ்சத்துக்கே காவலாக இங்கு இருக்கிறேன் என்று சொல்ல கோவிலிலும் மலைமீதும் ஆஞ்சனேயருக்கு தனியாக சிலை பிரதிஷ்ட்டை செய்யும் முடிவை கைவிட்டு அந்த கல்தூணையே அஞ்சநேயராக கருதி வழிபட்டு வருகின்றனர்.

கொஞ்சம் கொஞ்சமாக இச்செய்தி அக்கம் பக்கம் உள்ள அனைத்து ஊர்களுக்கும் பரவ ஆரம்பித்தது. எல்லோரும் வர ஆராம்பித்தனர். அந்த வருடம் வந்த தீபாவளித்திருநாள் அவர்கள் எல்லோருக்கும் நோய்கள் அற்ற ஆரோக்கியமான வாழ்வில் மகிழ்ச்சியை ஏற்றி வைத்த தீபாவளியாக இருந்தது. நாங்களும் எங்கள் கால்நடைகளும் நன்றாக இருக்க மலைமீதுள்ள ஆஞ்சனேயரே காரணம் என்பதை

உணர்ந்த பல கிராம மக்கள் ஒன்று கூடி தீபாவளித்திருநாள் அன்று மலையில் ஏறி தீபம் ஏற்றி,வாணவேடிக்கைகள் நிகழ்த்தி தங்கள் மகிழ்ச்சியை கொண்டாடினர். இன்றும் ஒவ்வொரு தீபாவளிக்கும் ஊர்கூடி மலைமேல் ஏறி வாணவேடிக்கை நிகழ்த்துவது இங்கே வழக்கமாக இருக்கிறது.குறைந்தது ஆயிரம் பேராவது அன்று மலைமீது இருப்பார்கள் என்கிறார்கள்.மாலை 4.00 மணிக்கு துவங்கும் வாணவேடிக்கை இரவு வெகுநேர நடக்கும் என்கிறார்கள்.

மலைஅடிவாரத்தில் உள்ளது ''ஸ்ரீதேவி பூதேவி சமேத பிரசன்ன வெங்கடாஜலபதி'' பெருமாள் கோவில். ராஜகோபுரம் அற்ற சற்று உயரமான படிகளைக்கொண்ட வாயில் மூலமாக உள்ள நுழைகிறோம். அதற்கு முன்பே நாம் ஓங்கி உயர்ந்திருக்கும் கருடஸ்தம்பத்தை கடக்கிறோம். இடப்பக்கம் ஒரு தீர்த்தக்கிணறு. சேவார்த்திகள் இக்கோவில் கிணற்றில் குளித்துவிட்டு பெருமாளை சேவிப்பது வழக்கமாக இருந்தது என சிறுவயது முதல் இக் கோவிலுக்கு வந்துபோகும் சென்னையிலிருந்து வந்திருந்த ஒருவர் சொன்னார். பெருமாளுக்கு திருமஞ்சனம், மாலை, வஸ்திரங்களுடன் சென்னையிலிருந்து வந்திருந்த அந்தக்குடும்பத்திற்கு பெருமாள் இஷ்ட தெய்வமாம். மலைமேலிருக்கும் ஸ்தம்பத்திற்கு திருமஞ்சணம் முடித்து அடிவாரத்திற்கு வந்திருந்தனர்.

ஒரு பிரகாரத்துடன் இருக்கும் இக்கோவில் அழகிய மதில்களை கொண்டுள்ளது. பலிபீடம் கருடாழ்வார் ஆகியவை மண்டபத்தின் முன் இருக்க அவைகளை வணங்கி மண்டத்தில் ஏறுகிறோம். அழகிய பதினைந்து தூண்களைக் கொண்ட அம்மண்டபத்தின் தூண்களில் பெருமாளின் அவதாரங்கள், லிங்கஸ்வரூபம், குபேரன், போன்றவை அழகுற செதுக்கப்படுள்ளது. அவதாரங்களில் கையில் குடத்துடன் இருக்கும் மோகினி அவதாரச் சிலை மிகுந்த அழகுடன் மிளிர்கிறது. (எல்லா தூண்களுக்கும் வெள்ளை சுண்ணாம்பு அடித்துள்ளதால் சிலைகளின் நுட்பத்தை உணரமுடியவில்லை.)

அடுத்து தோரணவாயில்களைக் கடந்தால் மகாமண்டபம், அர்த்தமண்டபம். அங்குள்ள வாயில்காவலர்கள் சோழர்காலச்

சிற்பம் போல இருக்கிறது. இடப்புறம் உடையவர், வலது புறம் நான்கடி உயர பெருமாள் சிற்பம். இங்குள்ள மலையில் ஒருபகுதியில் பாறையை வெட்டும்போது கிடைத்ததாம் இச்சிலை. அழகுற வடிக்கப்பட்டுள்ளது. செய்நேர்த்தி தெரிகிறது. அர்த்த மண்டபம் சிறியதாக, குறைந்த உயரமுடைய கூரைடையதாக இருக்கிறது. கருவரையில் பெருமாள், ஸ்ரீதேவி, பூதேவியுடன் எழுந்தருளியிருக்கிறார். படியாய் கிடந்து பவளவாயை கண்டுகொண்டெயிருக்கலாம் போல் இருக்கிறது. பிரகாரத்தில் தாயாருக்கு தனி சன்னிதி, மகாலட்சுமித்தாயார். வலதுபுறம் ஆண்டாளுக்கும் தனிச்சன்னதி இருக்கிறது. பிரகாரத்தை சுற்றும் போதே பின்னால் தெரியும் ஆஞ்சநேயர் மலையும், அதன் படிக்கட்டுகளும் நம்மை வா..வா... என்று அழைக்கிறது. அங்கிருந்து பார்க்க கண்கொள்ளாக்காட்சியாக இருக்கிறது அந்த மலை. ராகு கேது தோஷம் உள்ளவர்கள் இக்கோவிலில் உள்ள பெருமாளுக்கு திருமஞ்சனம் செய்து வேண்டிக்கொள் கிறார்கள். தாயார் சன்னிதி போகும் வழியில் ராகு கேது சிற்பம்பெரிய அளவில் விதானத்தில் செதுக்கப்பட்டுள்ளது. பிரகாரம் சுற்றி வந்து நமஸ்காரம் செய்துவிட்டு மலைமேல் உள்ள ஆஞ்சசேயரை தரிசனம் செய்ய கிளம்புகிறோம்.

படியேற்றத்துவக்கத்தில் சித்திவிநாயகரைத் தொழுது ஏறலாம். தோரணவாயில் நுழைந்து ராம்..ராம்... சொல்லிக்கொண்டே ஏறத்துவங்குகிறோம். வெயிலுக்கு முன்னால் வந்தால் களைப்பு தெரியாமல் ஏறலாம். படிக்கட்டுக்கள் வளைந்து வளைந்து செல்கிறது. வழியில் பெரும் மரங்கள், அதில் எல்லா கிளைகளிலும் மணிகள் சிறிதும் பெரிதுமாக கட்டி விட்டிருக்கிறார்கள். எல்லாம் பக்தர்களின் வேண்டுதலை நிறைவேற்றியதற்கான காணிக்கை. இவைகளைக் காணும் போதே ஆஞ்சநேயரின் கீர்த்தி தெரிகிறது. அடடா... அப்படிப்பட்ட அஞ்சநேயரை இதுநாள் வரையில் பாராமல் இருந்துவிட்டோமே என்கிற ஏக்கம் வந்துவிடுகிறது. உச்சி மலைக்கு சென்றால் ஆசுவாசப்படுத்திக்கொள்ள ஒரு திண்ணையும் நிழல் தரும் மரமும் நம்மை அழைத்து அமரவைத்துக்கொள்கிறது.

சிறிது தண்ணீர் குடித்துக்கொண்டு பதினெட்டுப்படிகளை ஏறுகிறோம், அது என்ன பதினெட்டு படிகள்?. என்கிற கேள்வி எழாமல் இல்லை. மேலே கருப்பு சாமியும் குடிகொண்டுள்ளது. அந்த கருப்பு சாமியின் சிலையை அங்கு காணமுடியாது. அதன் வீர்யம் அதிகமாக இருந்ததாம் ஒருகாலத்தில். கிழக்கு பக்கம் பார்த்து இருக்கும் அந்த மலையிலிருந்து அரியலூரை பார்த்தவண்ணம் இருந்த அந்த கருப்பின் வீர்யம் அதிகம் இருந்தால் முன்னொருகாலத்தில் அங்கேயே அச்சிலை கவிழ்த்து புதைத்து வைக்கப்பட்டதாக இவ்வூர் பெரியவர் ஒருவர் கூறினார். அதற்கான சுவடும் அங்கு ஸ்தம்பத்திற்கு கீழே இருக்கும் பாருங்கள் என்றார். மேலே ஏறியதும் நம்மை வரவேற்பது அகண்ட வானல் போன்ற எண்ணெய் கொப்பரை. இதனை திருக்கோடி என அழைக்கிறார்கள். இங்கு இது போல இரண்டு திருக்கோடிகள் இருக்கிறது. ஒன்று ஏறும் வாயில் அருகில் கற்கள் அடுக்கப்பட்டு அதன் மேல் உள்ளது. இது ஸ்தம்பத்திற்கு நேர் எதிரே இருக்கிறது. இன்னொன்று மலையிலிருந்து ஊருக்குத் தெரிவதுபோல மதில் ஓரமாக இருக்கிறது. விசேஷ காலங்களில் இங்கு எண்ணெய் ஊற்றி தீபம் ஏற்றப்படுகிறது. இவ்வூரில் உள்ள கடைக்களில் தொகையினை கொடுத்துவிட்டு பெயர் சொல்லிவிட்டுப் போகும் பழக்கமும் இருக்கிறது. விழாக்காலங்களில் அக்கடைகளில் இருந்து எண்ணெய் டின்கள் மலைக்கு அனுப்பி வைக்கப்படுகின்றது. எந்த பாதுகாப்பும் இல்லாமல் மணிகள் கூட மரங்களில் ஆங்காங்கே தொங்கிக்கொண்டுதான் இருக்கிறது யாரும் தொடுவது கூட இல்லை. எல்லாம் ஒரு சத்தியத்திற்கு கட்டுப்பட்டு நடக்கிறது.அதைக்கடந்தால் சக்தி பொருந்திய அந்த கல்தூணை சேவிக்கமுடிகிறது. அண்ணாந்து பார்த்து பிரார்த்தனை செய்து கொண்டோம். அந்த நொடியில் கிடைத்த உணர்வு சொல்லில் அடங்காது. அருகிலேயே மணிமண்டபம். அதிலும் சிறியதும் பெரியதுமாக மணிகள். மூன்றுமுறை வலம்வந்து நமஸ்கரித்தோம். கொஞ்சநேரம் அமர்ந்து இந்த தரணியையே காக்கும் தெரணி அனுமனின் அருள் மனமெல்லாம் உள்வாங்கிக் கொண்டு இறங்கினோம்.

ஊருக்குள் பெருமாள் கோவிலுக்கு நேர் எதிரே சிவன் கோவில் மீனாட்சி உடனுறை நாகநாதஸ்வரர். கிழக்குப்பார்த்த மூன்றுநிலைக் கோபுரம். ஒரே பிரகாரத்தில் தனித்தனிச்சன்னியாக அம்பாள், சண்டிகேஸ்வரர், நவக்கிரகங்கள், இரண்டு பைரவர்கள், தட்சிணாமூர்த்தி, பிள்ளையார், மூலஸ்தானத்தின் நேர் பின்னே வள்ளி தெய்வயானையுடன் ஆறுமுகன், என அழகான கட்டமைப்பு கொண்ட கோவிலாக இருக்கிறது. நந்திமண்டபம் சற்றே உயரமாக ஈசனை நோக்கியிருப்பதாக அமைக்கப்பட்டுள்ளது. பிரகாரத்திலேயே கிணறும் இருக்கிறது. மிகத்தூய்மையாக பராமரிக்கப்பட்டு வருகிறது இக்கோவில்.

குடமுழுக்குக்குமுன்பாகதிருக்கல்யாணம்நடைபெறவேண்டும். அதற்காக அன்பர்களின் ஒத்துழைப்பு எதிர்பார்க்கப்படுகிறது. திருமஞ்சனம் செய்பவர்கள், ஸ்தம்பத்திற்கு ஒன்றும் பெருமாளுக்கு ஒன்றுமாக எட்டுமுழம் நாலு முழம் வேட்டியும், மூலவர் ஸ்ரீதேவி, பூதேவி க்கு ஆறு கஜம் புடைவகள் இரண்டு, தனிச்சன்னதி கொண்டுள்ள தாயாருக்கு ஒன்பது கஜம் புடவை ஒன்று, ஆண்டாளுக்கு பாவாடை ஆகியவை கொண்டு செல்லலாம். ஊருக்குள் பெரிய அளவில் பூக்கடைகள் இல்லாததால் வரும்போதே மாலைகள் வாங்கி வந்துவிடவேண்டும்.

சித்திரை வருடப்பிறப்பு அன்று மலை படிக்கட்டுகள் முழுதும் விளக்கேற்றி படிபூஜை நிகழ்த்தப்படுகிறது. ஆடிப்பூரம், புரட்டாசி நான்கு சனிக்கிழமைகள், தீபாவளி, கார்த்திகை சோமவாரம், போன்ற தினங்களில் மலைமீது பக்தர்களால் திருக்கோடி ஏற்றப்படுகிறது.

பெருமாள், ஈசன், நேர்க்கோட்டில் அமைந்திருக்க அவர்களின் ஆகர்ஷண சக்தி பெற்று மலைமேல் இருந்து இத்தரணியை காக்கும் தெரனி ஆஞ்சநேயரை ஒருமுறை சென்று கண்டுவாருங்கள்.

ஒருகால பூஜை நிகழும் இக்கோவில் காலை *7.00* முதல் *11.00* வரை திறந்திருக்கும். திருமஞ்சன தினத்தில் *12.00* மணிவரை திறந்திருக்கும். விழாக்காலங்களில் மாலை *4.00* முதல் *7.00* வரை நடை திறந்திருக்கும்.

## வழி

பெரம்பலூரிலிருந்து திருச்சி செல்லும் வழியில் பாடாலூரிலிருந்து ஆறு கி.மீ தொலைவில் இருக்கிறது.இங்கு செல்ல விழைபவர்கள் அருகில் இருக்கும் ஊட்டத்தூர் சிவன் கோவிலுக்கும்,ராமர் கோவிலுக்கும், சென்று வருவதற்கு ஏற்றபடி பயணத்திட்டத்தை அமைத்துக்கொள்ளலாம்.

# 26

## வையாபுரி முருகன்

குன்றிருக்கும் இடமெல்லாம் குமரன் இருப்பான் என்பது முது மொழி. தமிழகத்தின் பல பகுதிகளில் உள்ள குன்றுகளில் குமரக்கடவுள் கோவில் கொண்டுள்ளான் எனினும் புதுக்கோட்டை மாவட்டம் பொன்னமராவாதி அருகே உள்ள பாலகிரி எனும் பெயர் கொண்ட வையாபுரி என்கிற இயற்கை எழில் சூழ் தலத்தில் வள்ளி, தெய்வானை,உடனுறை ஸ்ரீ சுப்பிரமணிய ஸ்வாமி எழுந்தருளியிருப்பதற்கான காரணம் நம்மை மெய்சிலிர்க்க வைக்கிறது.

பலநூறு ஆண்டுகளுக்கு முன்னர் இளையாத்தன்குடி என்னும் கிராமத்தில் வாச்சமாடித்தேவர் எனும் முருகபக்தர் வாழ்ந்து வந்தார்.அவர் நினைத்தபோதெல்லாம் பழனிமலை சென்று முருகப்பெருமானை தரிசித்து வந்தார். வயது முதிர்ந்து உடல் தளர்ந்த காலத்தில் அவரால் பழனி செல்லவும் மலையேறவும் முடியாமல் போனபோது மனம் நொந்து மனமுருக முருகனிடம் பிராத்தனை செய்தார். அன்று இரவே அவரது கனவில் தோன்றிய முருகப்பெருமான் வையாபுரி மலை அமைந்துள்ள திசையைக்காட்டி வயதானோரும், குழந்தைகளும் கூட சிரமம் இன்றி ஏறி வருவதற்கு ஏற்ற சரிவான பாதையை கொண்ட குன்றினை அடையாளம் காட்டி அங்கேயே நீ என்னை தரிசிக்கலாம் எனச் சொல்லி மறைந்தார்.

வாச்சமாடித்தேவரும் மறுநாள் காலையிலேயே அக்குன்றின் உச்சிக்கு சிரமம் ஏதும் இன்றி ஏறிசென்று

வேலும், ருத்திராட்சமாலையும் இருந்த இடத்தைக் கண்டு வணங்கினார். அதே இடத்தில் பழனி பால தண்டாயுதம் போலவே ஒரு சிலாரூபத்தை பிரதிஷ்டை செய்தார் ஆனால் பிரதிஷ்டை செய்யப்பட்ட அந்த சிலை பின்னம் ஆனது. கவலை அடைந்த தேவர் முருகனை வேண்டினார். நீ காட்டிய இடத்தில் தானே நான் உன்னை பிரதிஷ்டை செய்தேன் ஏன் இப்படி நிகழ்தது என முருகனைப் பார்த்து வினவினார். முருகன் அவ்விடத்தில் தோன்றி பழனியில் நான் ஆண்டிக்கோலத்தில் இருக்கிறேன் ஆனால் நான் இங்கு வள்ளி தெய்வயானையுடனும் ஆறு முகத்துடனும் அமைவேன் என்றும் என்னுடைய உருவம் மணியக்குறிச்சி என்னும் ஊரின் நந்தவனத்தில் உனக்கு கிடைக்கும் என்றும் அசரீரியாக சொல்லவும், துவரங்குறிச்சி அருகில் உள்ள மணியக்குறிச்சி நந்தவனத்திற்குச் சென்றார் தேவர்.

தேவர் எதிர் பாராத வகையில் அவ்வூர் மக்களும் அவரை எதிர் கொண்டு அழைத்தனர். நீங்கள் இங்கு வருவதாக முருகன் எங்கள் கனவிலும் வந்து சொன்னார் என்று ஆச்சரியத்தை வெளிப்படுத்தினர் அவ்வூர் மக்கள். பின்னர் அனைவரும் நந்தவனப்பகுதியில் தோண்ட இப்போது வையாபுரி தலத்தில் கோவில் கொண்டுள்ள ஸ்ரீவள்ளி தெய்வானை சமேத மயில்மேலமர்ந்த ஷண்முக ஸ்வரூபம் ஆறுமுகமும், பணிரெண்டு கரங்களும், கொண்டவராக கிடைத்தது. அதைக்கொண்டுவந்து பாலகிரி என்னும் வையாபுரி குன்றின்மீது பிரதிஷ்டை செய்து வழிபட்டார். அப்பகுதிக்கும் பழனியின் ஆதிபெயரான வையாபுரி என்றே வழங்கப்பட்டு வருகிறது. முதியவர்களும், குழந்தைகளும் கூட மலை ஏறி வழிபட ஏதுவாக இப்போதும் அந்த பாலமலையில் முருகப்பெருமான் அருள்பாலித்து வருகிறார்.

பழனிமலையின் வேறு பெயர்தான் வையாபுரி.

கொங்கு மண்டல சதகம், பேகன் இருந்து அரசாண்ட இடம் வையாபுரி என்று சொல்லுகிறது.

"கையாரக் கான ம்யிலுக் கிரங்கிக் கலிங்க மருள்

செய்யாண் டகைகரு நைக்குவைப் பாகத் திகழ்தருமவ்

வையாவிக் கோப்பேரும் பேகனெனும்பெரு வள்ளறாங்கு

வையா புரியெங் கோநக ருங்கொங்கு மண்டலமே."

இதன் பொருளாவது காட்டில் ஆடிக்கொண்டிருக்கும் மயில் குளிருக்கு ஆற்றாது நடுங்குகிறதென்று நினைத்து தான் மேலே போர்த்தியிருந்த உயர்ந்த ஆடையை அதன் மேற் சாத்திய வையாவிக்கோப் பெரும்பேகன் வசிக்கும் வையாபுரி என்னும் ஊரும் கொங்கு மண்டலம் என்பதாகும்.

அந்த பழனியின் பெயராலேயே விளங்கும் இத்தலம் தற்போது செவ்வாய் தோஷக்காரர்களுக்கான பரிகாரத்தலமாக விளங்கி வருகிறது. பழனியை போலவே இங்கும் ஷண்முக நதி தீர்த்தமும் இம்மலை அடிவாரத்தில் உள்ளது. இதில் நீராடி குன்றேறி குமரனை வழிபடுவது பிணிகளை போக்கும். ஊருக்குள் நுழையும்போதே நம்மை வரவேற்கிறது பாலமலை. பெயருக்கு ஏற்றார் போல உயரமில்லாத குட்டிமலைதான். ஆனால் நீளமான சற்று சரிந்த மலையிலேயே செதுக்கப்பட்ட படிக்கட்டுகளுடன் இருக்கிறது.. வயதானவர்களும், குழந்தைகளும் கூட எளிதில் ஏறிவிடமுடியும். மலைஅடிவாரத்தில் இருக்கும் ஷண்முகநதி தீர்த்தத்தில் கால் நனைத்து படி ஏறத்துவங்கலாம். முதலில் வருவது ராஜ கணபதி சன்னிதி.அடுத்து இடும்பன் கடம்பன் சன்னிதி மலைஏற்றத்தின். பாதி வழியிலேயே இருக்கிறது. அதற்கு முன்பாக ஒரு மண்டபமும் உள்ளது. இந்த மண்டபம் வரை காலணிகள் அணிந்து போகலாம். நல்ல வெயில் நேரத்தில் நாங்கள் போனதால் அந்த மண்டபம் ஒரு பாலைவனச்சோலை போல இருந்தது. அதை தாண்டி சற்றே படியேறினால் இடப்புறம் நகக்கிரக சன்னிதியை அடையலாம். கிழக்கு பார்த்து கோவில் இருக்க நாம் வடக்கிலிருந்து தெற்காக ஏறிவருகிறோம். உச்சியை அடைந்ததும் கொடிமரம், பலிபீடம், மயில்வாகனம் உள்ள மண்டபத்தைப் பார்க்கிறோம். அதை அடுத்துள்ள முகமண்டபப் பகுதியில் ஏழு அடிக்கும் மேலான

துவாரபாலகர்கள் வண்ணக்கலவையில் காவலிருக்கிறார்கள். அவர்களுக்கு ஒரு புறம் அகத்தியரும் மறு புறம் ஸ்ரீபோகரும் வீற்றிருக்கின்றனர்.அடுத்து நாம் பார்ப்பது பெருத்த கருங்கல் வேலைப்பாடுகள் கொண்ட தூண்களைக் கொண்ட மகா மண்டபம். அதில் இடது புறம் விநாயகப்பெருமான் எழுந்தருளியிருக்கிறார். அடுத்து அர்த்தமண்டபம் தாண்டி கருவறையில் ஸ்ரீ சுப்பிரமணியர் ஆறுமுகனாக மயில்மேல் பேரழகனாக வீற்றிருக்க ஒருபுறம் ஸ்ரீவள்ளியும் மறுபுறம் ஸ்ரீதெய்வானையும் எழில் கொஞ்சும் திருமுகத்துடன் அருள்பாலிக்கிறார்கள்.

ஸ்வாமி தரிசனம் முடித்து கோவிலைச் சுற்றி வந்தால் நம்மை எதிர் கொள்வது வலப்புறம் தனி சன்னதியில் ஸ்ரீவிசாலாட்சி சமேத காசி விஸ்வநாதர். லிங்கத்திருமேனியும் அம்மையும் அருகருகே இருக்க வலப்புறம் ஸ்ரீவினாயகர் இருக்கிறார். அளவில் சிறிய மூர்த்தங்கள் எனினும் அழகாக வடிக்கப்பட்டுள்ளன. அதை அடுத்து சிறு சன்னதியில் மூன்று நாகர் திருவடிவமும் ஒரு சின்னஞ்சிறு பிள்ளையாரும் இருக்கிறார்கள். இதை அடுத்து சற்று சரிவான தெற்குப் பகுதியில் கிணறு ஒன்று கட்டப்பட்டுள்ளது. அருகில் சென்று பார்த்தால் ஒரு மலைச்சுனையினைச்சுற்றி கிணறு போலசுவர் எழுப்பியுள்ளனர் அதற்கு ஒரு கதவும் இறங்கி நீர் எடுக்க சில படிக்கட்டுகளும் உள்ளன. இங்கிருந்து தான் தினமும் ஸ்வாமிகளுக்கு அபிஷேக நீர் எடுத்துச் செல்லப்படுகிறது.கருவறைச் சுவரின் தெற்குப்பகுதியில் தட்சிணாமூர்த்தி தனி சன்னிதி கொண்டுள்ளார். பிரதட்ஷிணமாக வந்தால் மீண்டும் நவக்கிரக சன்னிதியை தாண்டி கொடிமரத்தினை அடைகிறோம். தனியே மடப்பள்ளிக்கென ஒரு கட்டிடமும் இருக்கிறது.

சித்திரா பௌர்ணமி, வைகாசி விசாகம், கந்தர்சஷ்டி, காரத்திகை தீபம்,கார்த்திகை சோமவாரம், தைபூசம், பங்குனி உத்திரம் போன்றவை இங்கு சிறப்பாக கொண்டாடப்படுகிறது.இக்கோவிலிலுக்கு *1918, 1985, 2006* ஆகிய ஆண்டுகளில் கும்பாபிஷேகம் நடந்துள்ளது பக்தர்கள்,

நன்கொடையாளர்கள், பெருமளவில் திருப்பணியில் ஈடுபட்டால் அடுத்த கும்பாபிஷேகம் விரைவில் நடைபெறும்.

பக்கத்திலுள்ள குழிபிறை, பனயப்பட்டி, வையாபுரி, கோவனூர், வாளைக்குறிச்சி, கண்டெடுத்தான் பட்டி, அரசமலை, செம்பூதி, இல்லணிப்பட்டி ஆகிய ஊர் பொதுமக்கள் இக்கோவில் திருப்பணியில் முக்கியப்பங்கு வகிக்கிறார்கள். கோவிலின் சகடம் பழுதடைந்திருந்தது தற்போது அது செப்பனிடப்பட்டு மிகுந்த பொருட்செலவில் வைரமரத்தினால் தேராக வடிவமைக்கப்பட்டுள்ளது. தைப்பூசத் திருநாளில் மாலை நேரத்தில் தேரோட்டம் நடைபெறுகிறது, அன்றைய தினம் கிரகணமாக இருந்தால் மட்டும் காலை நேரத்தில் தேரோட்டம் நடைபெறும்,. முன்னர் புதுக்கோட்டை மன்னர் ஆட்சியின் கட்டுப்பாட்டில் இருந்த இக்கோவில் தற்போது புதுக்கோட்டை தேவஸ்தானத்தின் கீழ் செயல்படுகிறது.

கோவில் நடை திறந்திருக்கும் நேரம் காலை 10 முதல் 12 வரை, மாலை 5.00 முதல் 7.00வரை

## வழி

புதுக்கொட்டையிலிருந்து பொன்னமராவதி செல்லும் சாலையில் 25 கிமீ.தொலைவில் உள்ளது மைய சாலையில் இருந்து அரை கிலோமீட்டர் உள்ளே செல்ல வேண்டும். மலையடிவாரம் வரை வாகனம் செல்லும். பொன்னமராவதியிலிருந்து நகர பேருந்து இயக்கப்படுகிறது. புதுக்கோட்டையிலிருந்து பொன்னமராவதி செல்லும் பேருந்தில் வையாபுரி நிறுத்தத்தில் இறங்கலாம் பொன்னமராவதியிலிருந்து வந்தால் 13 கிமீ தொலைவில் இருக்கிறது

# 27

# வில்வவனேஸ்வரர் நல்லூர்

பரபரப்பு, ஜனநெருக்கடி, கியூவரிசை, என எதுவுமின்றி இயற்கை எழில் சூழ்ந்த பகுதியில், மூன்று ஆறுகளுக்கு நடுவில், அமைதியும், பக்தியும், நம்மை சிக்கெனப் பற்றிக்கொள்ளும் ஒரு கோவிலுக்கு நாம் போகநேர்வதை வரம் என்றுதான் சொல்ல வேண்டும். ஒலிபெருக்கிகள், வியாபாரிகள், நகருங்க நகருங்க எனும் ஊழியர்கள் குரல் இப்படி ஏதுமின்றி அமைதியான சூழ்நிலையில் இறைவனுக்கு முன்நின்று கைகூப்பும் போது ஆன்மாவும் இறைவனும் மட்டும் பேசிக்கொள்ளும்படியான பேரானந்தப் பொழுது அது. அப்படியான ஒரு கோவில் தான், தட்சிணப்பிரயாகை, என்றும் வில்வாரண்யம் என்றும் அழைக்கப்படும் கடலூர் மாவட்டம் வேப்பூர் வட்டத்தில் அமைந்துள்ள நல்லூரில் மூன்று ஆறுகள் சங்கமிக்கும் இடத்திற்கு நடுவே அமைந்துள்ள வில்வவனேஸ்வரர் ஆலயம். மணிமுத்தா நதி, கோமுகி நதி, மயூரநதி, ஆகிய மூன்று நதிகள் சங்கமிக்கும் பகுதியில் நடுவில் திட்டு பொன்ற பகுதியில் பிரம்மாண்டமாக எழுப்பப் பட்டுள்ளது இக்கோவில்.

கங்கை, யமுனை, சரஸ்வதி, சங்கமிக்கும் இடம் பிரயாகை என அழைக்கப்படுவது போல தமிழகத்தின் நடு நாட்டில் வில்வவனேஸ்வரர் ஆலயம் அமைந்துள்ள "நல்லூர்" தட்சிணப் பிரயாகை என அழைக்கப்படுகிறது. மதுரையை ஆண்ட பாண்டிய மன்னன் வீரபாண்டியன் தனது தந்தை மறைந்தபின் அஸ்தியை கங்கையில் கரைக்க எடுத்துச் செல்லும் வழியில் இத்திருத்தலத்தில் உள்ள பிரயாகையில் குளித்து நீரை அஸ்தியில் தெளித்ததும்

"

கலயத்தில் இருந்த அஸ்தி தங்கபுஷ்பங்களாக மாறிவிட்டது, இதைக்கண்ட மன்னன் கங்கைக்கு அஸ்தியை கொண்டு செல்லாமல் இந்நதியிலேயே கரைத்துவிட்டான். "கங்கையில் புனிதமாய காவிரி" என்னும் தொண்டரடிப்பொடியாழ்வாரின் திருமாலை பாசுரம் போல மனிமுத்தா, கோழுகி, மயூர நதிகள் சங்கமிக்கும் இப்பிரயாகை கங்கையைவிட புனிதமானது என்று சொல்கிறது தலவரலாறு.

பாண்டவர்கள் தொடர்புடைய திருக்கோவில்கள் நடுநாட்டில் பல இருக்கிறது. திருக்கோவிலூர் அருகே உள்ள அரகண்டநல்லூர் கோவிலில் பாண்டவர்கள் வனவாசத்தின் போது தங்கி ஈசனை வழிபாட்டதாகவும், பாரதப் போர் முடிந்து வெற்றி பெற்ற பின் மீண்டும் பாண்டவர்கள் இங்கு வந்து இறைவனை வழிபட்டதாகவும் கதை ஒன்று வழங்கப்பட்டு வருகிறது. பாண்டவர்கள், திரெளபதி, தொடர்புடைய பல கோவில்கள், இடங்கள், காஞ்சிக்கு தெற்காகவும் திருச்சிக்கு வடக்காகவும் உள்ள நடுநாட்டுப் பகுதியில் இன்றும் உள்ளது. அரவான் பலியிடல் தொடர்பான பதினெட்டு நாட்கள் விழா சித்ரா பெளர்ணமியை ஒட்டி இப்போதும் நடுநாட்டில் உள்ள கூவாகம் கூத்தாண்டவர் கோவிலில் நிகழ்ந்து வருகிறது.

அப்படியான ஒரு பாண்டவர் தொடர்புடையதாகவே இருக்கிறது நல்லூர் வில்வவனேஸ்வர ஆலயம். ஒரு காலத்தில் வில்வமரங்கள் சூழ்ந்த வனப் பகுதியில் இருந்த இக்கோவிலில் பஞ்சபாண்டவர்கள் தனித்தனி லிங்கங்களை வழிபட்டு வந்துள்ளனர். ஐவருக்கும் தனித்தனி லிங்கங்கள் இன்றும் கோவில் உள்ளே இருக்கிறது. அதிலும் பீமன் வழிபட்ட மணல் லிங்கம் இங்கு மூலவருக்கு அருகிலேயே பூமி மட்டத்திற்கு கீழே தொட்டி போன்ற அமைப்பின் உள் இருக்கிறது. எழில் சூழ்ந்த ஆற்றோர வனப்பகுதியில் மேடான பகுதியில் அமைந்துள்ளது வில்வவனேஸ்வரர் ஆலயம். இக்கோவில் அர்த்தமண்டபம், மகாமண்டபம், முகமண்டபம், ஆகியவைகளைக் கொண்டு ஒரு திருச்சுற்றுடன் அமைந்துள்ளது.

ஊருக்கு வடக்கு எல்லையில் இருக்கும் இத்திருக்கோவிலுக்கு இடையில் நதியில் கட்டப்பட்டுள்ள தரைப்பாலத்தை தாண்டித்தான்

போக வேண்டும். மயூரநதி கோவிலை மாலை போலச் சுற்றி மணிமுத்தாறு மற்றும் கோழுகி நதியுடன் கோவிலுக்கு சற்றுத்தள்ளி கிழக்கில் கலக்கிறது. ஆற்றில் நீர் ஓடும் காலங்களில் காணக் கண்கொள்ளாக் காட்சியாக இருக்கும் போலிருக்கிறது. அவ்வாறு நீர் பெருக்கெடுத்து ஓடும் காலத்தில் ஒரு முறை வரவேண்டும் என நினைத்துக் கொண்டேன். கோவிலின் நேர் எதிரே இவ்வாற்றுக்கான படித்துறை இருக்கிறது. உயர்ந்த மதில்களைக் கொண்டுள்ள இக்கோவிலில் மதில் சுவற்றில் வைத்துக் கட்டப்பட்டுள்ள கற்களில் சில புடைப்புச் சிற்பங்கள் காணப்படுகிறது. பொதுவாக இறைவன் திரு உருவங்கள் அல்லது புராணக்கதைகள் தான் சிலைகளாக வடிக்கப்படுவது மரபு. இங்கு தமிழக மக்களின் பாரம்பரிய வீர விளையாட்டுக்கள் விளையாடும் வீரர்களின் காட்சி சிறு அளவில் செதுக்கப்பட்டுள்ளது.

அருகே உள்ள திருமுதுகுன்றம் எனும் விருத்தாசலத்தில் மாசிமகப் பெருவிழா நடைபெறுவது போல இங்கும் சிறப்பாக நடைபெற்று வருகிறது. மாசிமகம் 10 நாட்கள் உற்சவம். அதில் அருகில் உள்ள திருவட்டத்துறை கோவிலில் அய்ந்தாம் நாளும், விருத்தாசலத்தில் ஆறாம் திருநாள் காலை ரிஷபவாகன தரிசனமும், அன்று இரவு நல்லூர் வில்வவனேஸ்வரர் தரிசனமும் தொடர்ச்சியாக தரிசிப்பது காசிக்குப் போய் வருவதை விட விசேஷமாகக் கருதப் படுகிறது.

அம்பாள் "பிரகன்னாயகி" என்கிற பெரியநாயகி. சன்னிதி தனியாக கொடிமரம் உள்ளதாக இருக்கிறது. பிரகாரத்திலேயே பாலாம்பாள் எனும் இளையநாயகி அம்பாள் சன்னிதியும் இருக்கிறது. அர்ச்சகர் நிதானமாக காட்டும் தீபாராதனையின் போது அம்மையின் முகத்தில் மின்னும் பேரழகை வார்த்தைகளால் வடித்துவிட முடியாது. திருமுதுகுன்றத்திலும் இதே போல விருத்தாம்பாள், பாலாம்பாள் எனும் இரு அம்பாள் சன்னிதி இருப்பது கவனிக்கத்தக்கது.

தனது குரு வியாழனின் மனைவியின் மீது காமுற்ற சந்திரன் கொடும் பாவத்திற்கும் ரோக நோய்க்கும் ஆளானான். அப்பாவம்

தீர பிரம்மாவிடம் வேண்ட இவ்வில்வாரண்ய ஷேத்திரத்திற்கு வந்து ப்ரயாகையில் குளித்து கார்த்திகை நட்சத்திரமும் பெளர்ணமியும் கூடிய தினத்தில் பசு நெய்யினால் லட்சம் தீபம் ஏற்றி வழிபட்டு தன் சாபம் நீங்கப்பெற்றான். சந்திரன் பூசித்த சோமலிங்கேஸ்வரர் இன்றும் சுற்றுப்பிரகாரத்தில் காட்சி அளிக்கிறார்.

இக்கோவிலின் முன் உள்ள நடன விநாயகர் இப்பகுதி மாணவர்களுக்கு வரப்ரசாதியாக விளங்குகிறார். தேர்வு எழுதப்போகும் மாணவ மாணவிகள் பரிட்சை அட்டையை வைத்து இங்கு வேண்டிக்கொண்டு பரிட்சைக்குச் செல்வதும், தங்கள் எண்களை இவ்விநாயகர் சன்னிதி சுவர்களில் எழுதிவிட்டுப் போனால் கண்டிப்பாக தேர்ச்சி பெற்றுவிடுவார்கள் என்பதும் இங்கு தொன்று தொட்டு இருந்துவரும் நம்பிக்கை.இந்த நம்பிக்கையின் பலனாக கோவில் சுவற்றில் எல்லாம் ஓரே எண்கள் மயம்.

இக்கோவிலில் வடக்கு திசை பார்த்து எழுந்தருளியுள்ள வள்ளி தெய்வயானை சமேத முருகப்பெருமான் சிறப்பம்சம் கொண்டவராக விளங்குகிறார். அசுரனை கொன்றதனால் வீரகத்தி தோஷம் பெற்ற முருகன் தோஷம் நீங்க ஈசனை வேண்டிநிற்க, வில்வாரண்ய ஷேத்ரத்தில் உறையும் என்னை வழிபடு என ஈசன் சொல்ல, அவ்வாறே முருகன் நல்லூர் வந்து தாம் நீராடி பூஜிக்க ஏற்றவாறு புதிய நதி ஒன்றினை உருவாக்க மயிலுக்கு கட்டளை இட, மயிலும் மயூர நதியினை புதிதாக உருவாக்கியது. பின்னர் அந்நதியில் நீராடி ஈசனை ஒரு லட்சம் வில்வதளத்தினால் முருகன் பூஜிக்க இறைவன் காட்சி தந்து வீரகத்தி தோஷத்தை நீக்கிஅருளியதோடு நீ வள்ளி தெய்வானை யுடன் இத்தலத்தில் வடக்கு நோக்கி வீற்றிருந்து என்னை சேவிக்க வரும் பக்தர்களின் தோஷங்களை நீக்கி அருளவேண்டும் என கேட்டுக்கொள்ள முருகனும் மயில்வாகனத்துடன் வள்ளி தெய்வானை சமேதராக வடக்கு நோக்கி தன்னை நாடிவரும் பக்தர்களின் தோஷங்களை போக்க இக்கோவிலில் வீற்றிருகிறார்..கும்பகோணம் அருகில் உள்ள திருவைகாவூர் திருக்கோயிலில் எழுந்தருளியிருக்கும் இறைவன்

பெயரும் வில்வவனேஸ்வரர்தான். அங்கும் சிறப்புடைய முருகன் சன்னிதி இருப்பது ஒப்பு நோக்கத்தக்கது.

பொதுவாக ஆகம விதிகளின்படி சிவன் கோவில்களில் முருகன் சன்னதி கருவரைக்கு நேர் பின் புறம் கிழக்கு நோக்கி அமைந்திருக்கும். இக்கோவிலில் விசேஷமாக வடக்கு நோக்கி மயில்மீது அமர்ந்து வள்ளி தெய்வயானையுடன் முருகப்பெருமான் காட்சி அளிக்கிறார். அற்புதமான சிலை வடிவம் இது. தன் அலகில் நெளியும் பாம்மை கவ்விக்கொண்டிருக்கும் மயில்வாகனம் மிக அழகாக கல்லில் வடிக்கப்பட்டுள்ளது

பிரகாரச்சுற்றில் அமைந்திருக்கும் பிராண தியாகேசர் பற்றிய செவிவழிக்கதை ஒன்றும் உள்ளது. தன் மகனுடன் வில்வாரண்யமான நல்லூர் வனத்தின் வழியாக சுவேதனன் என்பான் வந்துள்ளான். வழியில் அவனது மகனை சர்ப்பம் தீண்டிவிட மகன் இறந்து போகநேரிடுகிறது. கலங்கிய சுவேதனன் தனது மகனின் உடலை இந்த ஆலையத்தின் முன்னர் கிடத்தி கதறி அழுது ஈசனை மனமுருகி தொழுது நிற்க, ஈஸ்வரன் பாலகனை மீண்டும் உயிர்பித்து சுவேதனன் மனம் குளிரச் செய்துள்ளார்.

கோவில் சுவற்றில் கல்வெட்டுக்கள் நிறைந்து காணப்படுகிறது. திருவாதிரை அன்று இக்கோவில் நடராஜப் பெருமானை ஊர்வலம் எடுத்துச் செல்வதற்கான கொடைகள் பற்றிய தகவல்கள் காணப்படுகிறது. நீண்ட ஆண்டுகளாக நடைமுறையில் இல்லாத இவ்வழக்கம் உள்ளூர் பிரமுகர்களின் முயற்சியால் சில ஆண்டுகளாக நடைபெற்று வருகிறது. பாதுகாப்பு கருதி அருகில் இருக்கும் விருத்தாசலம் கொளஞ்சியப்பர் திருக்கோவிலில் பாதுகாக்கப்பட்டு வரும் நடராஜர் திருமேனியை கொண்டு வந்து திருவாதிரை அன்று வீதிவலம் நிகழ்த்திவருகிறார்கள்.

திருமண தடை நீங்க இங்குள்ள அருள்மிகு பெரியநாயகி அம்மனுக்கு செவ்வாய், வெள்ளி, களில் குங்கும அர்ச்சனை செய்து வழிபட்டால் ஒரு மண்டலத்திற்குள் தடைகள் நீங்கி திருமணம் கைகூடிவிடும் என்பதால் பல்வேறு ஊர்களில் இருந்து பக்தர்கள்

செவ்வாய்கிழமை, வெள்ளிக்கிழமை, களில் இத்தலத்திற்கு வந்து அம்மனுக்கு குங்கும அர்ச்சனை செய்து வழிபடுகிறார்கள். இங்கு வசந்த நவராத்தியின் போது சண்டி ஹோமம் நடைபெறுகிறது.

திருச்சுற்றில் வீரபத்திரர், பிரம்மா, நவகிரகங்கள், நாகர், சேமேசர், லக்ஷ்மி நாராயணர், கஜலட்சுமி, நால்வர், அறுபத்துமூவர், பிராணதியாகேசர், ஸ்ரீகணபதி, ஏகநாயகர், ஏகாம்பரர், காமாட்சி, தர்மலிங்கம், பீமலிங்கம், அர்ஜுனலிங்கம், நகுலலிங்கம், சகாதேவலிங்கம், என அமைந்துள்ளது. கோஷ்டத்தில் கணபதி, தட்சிணாமூர்த்தி, லிங்கோத்பவர், பிரம்மா, துர்க்கை, என எழுந்தருளியுள்ளார்கள்.

அர்ஜுனலிங்கம், தர்மலிங்கம், சண்டிகேஸ்வரர், இளையநாயகி, வள்ளி தெய்வயானை சமேத ஆறுமுகர், ஆலியோருக்கு தனித்தனி சன்னிதி அமையப்பெற்று விளங்குகிறது பீம லிங்கம் மட்டும் மணல்லிங்கம். கருவரைக்கு அருகில் பூமிமட்டத்திற்கு சற்று கீழே உள்ளது.

வில்வவனேஸ்வரரை தரிசனம் செய்ய செல்பவர்கள் கொஞ்சம் திட்டமிட்டுச் சென்றால் அருகிலேயே விருத்தாசலத்தில் உள்ள சுயம்பு முருகன் கொளஞ்சியப்பர் கோவிலுக்கும், பழமையான சோழர்காலத்து பழமலைநாதர் கோவிலுக்கும் சென்றுவரலாம்.

காலை 9.00 மணிமுதல் 12.00 மணிவரை, மாலை 5.00 மணிமுதல் 7.00 மணிவரை கோவில் திறந்திருக்கும்.

விருத்தாசலத்திலிருந்து வேப்பூர் செல்லும் வழியில் கண்டப்பங்குறிச்சி என்னும் ஊர் 14 கிமீ வரும் அங்கிருந்து வலதுபுறமாக நான்குகிமீ சென்றால் நல்லூரை அடையலாம். நல்ல சாலை வசதி உள்ளது. கோவில் வாசல் வரை வாகத்தில் செல்லமுடியும், விருத்தாசலத்திலிருந்து நகர பேருந்துகளும் இயக்கப்படுகிறது.

# 28

# வல்லம் ஸ்ரீ மாதவ யோக நரசிம்மப் பெருமாள்

யாத்திரையாகவோ, சுற்றுலாவாகவோ, தஞ்சைக்கு வரும் பெரும்பான்மையானவர்கள் பக்கத்திலேயே இருக்கும் வரலாற்றுத் தொன்மைமிக்க வல்லம் எனும் ஊரில் உள்ள கோவில்களை பார்க்கத் தவறிவிடுகிறார்கள்.

'வல்லத்துக் கோட்டை விழுந்தால் தஞ்சாவூர்க் கோட்டை தானே விழும்' என்பது பழமொழி. அப்படியான வல்லம் தஞ்சையை அடுத்துள்ள ஊர். கோட்டையும் அகழியும் பெற்று வரலாற்றில் தஞ்சைக்கு முற்பட்டதாக இருந்த இவ்வூரில் அதற்கான தடயங்கள் ஆங்காங்கே காணப்பட்டாலும் எஞ்சியுள்ளவைகளாக கோட்டை அகழிப் பகுதிக்குள் இன்றும் காட்சி அளிப்பது இங்குள்ள :"மாதவயோகநரசிம்மபெருமாள் கோவிலும்" "சோழீஸ்வரர் சிவன் கோவிலும்" தான்.

மாதவ யோக நரசிம்மப் பெருமாள் கோவில் என தற்போது அழைக்கப்படும் பெருமாள் கோவில் கல்வெட்டுகளில் " விக்கிரம சோழ விண்ணகரம் :" என குறிப்பிடப்பட்டுள்ளது. திரு மதில்களில் கிழக்கு மற்றும் தெற்கு திசைகளில் வாயில்கள் பெற்று ஒரே பிரகாரத்துடன் விளங்குகிறது. கிழக்கு வாயில் பரமபத வாசலாக இருக்கிறது. இக்கோவில் புதுப்பொலிவு பெற பூஜ்யஸ்ரீ தயானந்த சரஸ்வதி ஸ்வாமிகள் பெருமுயற்சி எடுத்து தற்போது எழில் மிகு கோவிலாக காட்சி அளிக்கிறது. மூலவர் ஸ்ரீமாதவப் பெருமாள்

ஸ்ரீதேவி, பூதேவி யுடன் கிழக்கு நோக்கி அமர்ந்த கோலத்தில் அருள்பாலிக்கிறார். கருவறையின் முக மண்டபப் பகுதியில் இணைந்து திகழும் சிற்றாலயத்தினுள் தென்திசை நோக்கியவாறு யோக பட்டத்துடன் அமர்ந்த கோலத்தில் நரசிம்மமூர்த்தி காணப் பெறுகின்றார். திருச்சுற்றின் தென்புறம் ஆழ்வார்களின் சந்நதியும், தென்மேற்கே தாயார் சன்னிதியும் வடமேற்கு திசையில் ஆண்டாளின் சந்நதியும் உள்ளன. இத் திருக்கோயிலுக்கு கிழக்கே கௌதம தீர்த்தம் எனப்படும் திருக்குளம் உள்ளது. வகுளாதேவிக்கு தனி சன்னிதியும் (அன்னபூரணி) அதன் எதிரில் பெருமாள் பாதம் ஒரு மேடையிலும் இருக்கிறது. தென்மேற்கே தாயார் சன்னிதி தனியாக இருக்கிறது. கமலவல்லித்தாயார் எனும் திருநாமத்துடன் தாயார் அருள் பாலித்துவருகிறார். நம்மாழ்வார், உடையவர், திருமங்கைஆழ்வார், ஸ்வாமிதேசிகன், முதலானவர்கள் ஒரே சன்னிதியில் அருள்பாலிக்கிறார்கள்.

திருமணத்தடை, வீடுகட்ட தாமதம், வழக்கு நிலுவை, நீண்டகால உடல் உபாதை போன்றவைகள் நீங்க திருவோண நட்சத்திரத்தன்று பணிரெண்டு தலைவாழையிலை யில் பச்சரிசியினை பரப்பி அதில் பணிரெண்டு அகல் விளக்கில் நெய்தீபம் ஏற்றி வெற்றிலை பாக்கு பழம் வைத்து நெய்வேத்யம் செய்து விளக்குகள் மலையேறும்வரை இருந்து அதன்பின் தாம்பூலத்துடன் தானம் செய்யும் வழக்கம் இந்தக் கோவிலில் உள்ளது. இக்கோவிலுக்கு வரமுடியாதவர்கள் இக்கோவில் பெருமாளின் படத்தினை வீட்டில் வைத்தும் இவ்வாறு செய்யலாம் என கோவில் பட்டாச்சாரியார் தெரிவிக்கிறார்.

திருச்சுற்றில் சக்கர கணபதி மற்றும் நர்த்தன கணபதி, க்கு தனி சன்னிதி அமயப்பெற்றுள்ளது. இது தொடர்பான செவிவழிக்கதை ஒன்று பன்னெடுங்காலமாக இருந்து வருகிறது.

சப்த ரிஷிகளுள் ஒருவரான கவுதமர் வனப்பகுதி ஒன்றில் ஆசிரமம் அமைத்து, தனது மனைவியுடன் நியதிகள் தவறாமல் பூஜைகள் செய்தபடி வாழ்ந்து வந்தார். தமது தவ வலிமையால் அவர் உருவாக்கிய கிணறு, கோடையிலும் நீர் நிறைந்து இருந்தது.

அதில் நீரெடுக்க வந்த சிலர் கிணற்றை மாசுபடுத்தினர் அவர்களை கடிந்துகொண்டார் கவுதமர். அதனால் அவர் மீது பொறாமை கொண்ட அவர்கள், ஆசிரமத்தைவிட்டு அவரை விரட்ட வழி தேடினர். அதற்காக விசேஷ பூஜைகள் செய்து விநாயகரை வேண்டினர். வயதான இரு பசுக்களின் வடிவில் அங்கே தோன்றினார் கணபதி. ஆசிரமத்தின் அருகே கவுதமர் பயிரிட்டு இருந்த வயலில் புகுந்து மேய்ந்தன பசுக்கள். அதைக் கவுதமர், ஒரு தர்ப்பையை எடுத்து ஏவினார். உடனடியாக பசுக்களின் உடலில் இருந்து விநாயகர் வெளியேறி மறைய, இரு பசுக்களும் இறந்தவைபோல் விழுந்தன. அதைக் கண்ட பொறாமைக்காரர்கள் கவுதமர் பசுவதை செய்துவிட்டதாக குற்றம் சாட்டினர். பாவம் தொலைவதற்காக சிவனை நோக்கி தவமிருந்தார், கவுதமர். காட்சி தந்த ஈசன், அவர் பிழைஏதும் செய்யவில்லை என்று சொல்லி, ஆசி தந்து அருளினார். கவுதமர் புடைப்புச் சிற்பமும், இரண்டு விநாயகரும் கோவிலின் பிரகாரத்தில் இன்றும் காணமுடிகிறது.

இக்கோவிலில் உள்ள ஆனந்த அஞ்சநேயர் மிகுந்த விசேஷம் உடையவர். வேண்டியவர்களுக்கு வேண்டியதை வழங்கும் வரப்பிரஸாதி. இங்கு ஆஞ்சநேயரை பிரார்த்தனை செய்துகொண்டு ஒன்பது வாழைப்பழங்களால் ஆன மாலையினை ஆஞ்சநேயஸ்வாமிக்கு சூட்டுகிறார்கள். நான் போனபோது கூட ஒரு தம்பதி வாழைப்பழங்களை மாலையாக தொடுத்துக்கொண்டிருந்ததை பார்க்க முடிந்தது, குறிப்பாக சமீபகாலமாக விசா, வெளிநாட்டு படிப்பு, போன்றவைகளுக்காக இங்கு வந்து வாழைப்பழமாலை சூட்டி பிரார்த்தனை செய்து கொள்பவர்கள் அதிகமாக வருவதாக பாட்டாச்சார்யார் தெரிவித்தார்.

தாயார் சன்னிதியில் உள்ள குபேரன் சிலையில் காசுகள் வைத்தால் செல்வம் பெருகும் என்ற நம்பிக்கை இவ்வூர் மக்களுக்கு இருக்கிறது.

ஒருமுறை கெளதம மகரிஷியால் சாபம் பெறப்பட்ட இந்திரன் இத்தலத்திற்கு வந்து இங்கு அமைந்துள்ள வஜ்ர தீர்த்தத்தில்

நீராடி இங்குள்ள பெருமாளை சேவித்து சாப விமோசனம் அடைந்ததாகவும் தல புராணம் கூறுகிறது. அதனாலேயே இங்கு எழுந்தருளியுள்ள எம்பெருமானுக்கு"தேவேந்திரன் " என்றப் பெயரும் வழங்கப்படுகிறது.

கிட்டத்தட்ட 48 ஆண்டுகள் கவனிப்பாரின்றி புல், புதர் மண்டி கிடந்த இந்த ஆலயம் கடந்த 1996 ஆண்டில்தான் மீண்டும் சீர் செய்யப்பட்டு தற்போது நித்ய பூஜைகள் நடைப் பெற்றுக் கொண்டு உள்ளன.

ஒவ்வொரு பிரதோஷம் மற்றும் சுவாதி நட்சத்திரம் ஆகிய நாட்களில் சிறப்பு பூஜைகள் நரசிம்மருக்கு நடைப்பெறுகின்றன.

ஆடிப்பூரம் அன்று ஆண்டாள் திருக்கல்யாணம், வைகுண்ட ஏகாதசி, ஸ்ரீ ராம நவமி, ஆஞ்சநேய உற்சவம் ஆகியவை இக்கோவிலில் சிறப்பாக நடைப் பெறுகின்றன.

காலை *7 to 9.30* மணிவரை

சனிக்கிழமைகளில் காலை *7 to 11.30* மணிவரை

எல்லா நாட்களிலும் மாலை *5.00 to 6.30* மணி வரையிலும் நடை திறந்திருக்கும்.சனிக்கிழமை மாலை *5.00 to 7.00*

## வழி:

தஞ்சை திருச்சி சாலையில் தஞ்சை பெரிய கோவிலில் இருந்து பணிரெண்டு கிலோ மீட்டரில் வல்லம் மேம்பாலம் வரும். அங்கிருந்து சர்வீஸ் ரோடில் கீழிறங்கி ஒரு கி.மீ தெற்காக சென்றால் வல்லம் வரும். கோவில் வாசலிலேயே பேருந்து நிறுத்தம் உள்ளது.

# 29

# புள்ளமங்கை – முற்கால சோழர் கோவில்

இதுவரை செல்லாத ஒரு கோவிலுக்கு இப்போது ஏன் செல்கிறேன்? என்பதற்கான பதில் எப்போதும் எனக்கு தெரிவதில்லை. புள்ளமங்கை பற்றிய பல ஆய்வு நூல்கள் படித்தபோதும், வரலாறு. காம், பாலகுமாரன், விஜயகுமார், போன்றோர் மாய்ந்து மாய்ந்து எழுதியதை படித்த போதும் நான் அங்கு சென்றதில்லை. இதே பசுபதி கோவில் வழியாக எத்தனையோமுறை பயணப்பட்டபோது இங்கு செல்ல வேண்டும் என்ற எண்ணமோ வாய்ப்போ ஏற்படவில்லை. தஞ்சை கும்பகோணம் சாலையில் அய்யம்பேட்டை தாண்டி பசுபதி கோவில் வரும். அங்கு போய் விசாரித்து போகவேண்டியிருந்தது. கூகிள் மேப்பில் புள்ள மங்கை தேடிக்கிடைக்க வில்லை. காலத்தால் முந்திய கலைப்பொக்கிஷமான இக்கோவிலுக்கு செல்லும் பிரதான சாலையில் ஒரு அறிவிப்புப் பலகை கூட தற்போது இல்லை. மைய சாலையிலிருந்து உள்செல்லும் சாலையில் அடர்ந்த வீடுகள் நிறைந்த சிறிய சிமெண்ட் தெருவின் துவக்கத்தில் இருக்கிறது "புள்ள மங்கலம் கோவில் தெரு" என்கிற பலகை..இதைத்தவிர வேறு எந்த அறிவிப்புப்பலகையையும் காணவில்லை.

புள்ளமங்கை பேரரசன் ராஜராஜனின் முப்பாட்டனான நாற்பத்து எட்டு ஆண்டுகள் ஆட்சி செய்த முதலாம் பராந்தக சோழன் காலத்தில் (ஒன்பதாம் நூற்றாண்டு) கற்றளியாக (கல்+தளி = கற்களால் கட்டப்பட்ட கோவில்) எழுப்பப்பெற்ற சிவன்

கோவில்.முற்கால சோழர்களின் கலைப்பாணியில் எழுதிருக்கும் அற்புதக்கலைப்படைப்பு.பராந்தகன் காலம் தென்னாட்டு கோவில்களின் பொற்காலம்.காவிரியின் இருகரையினிலும் நாற்பத்துஇரண்டிற்கும்மேற்பட்ட கோவில்களை எழுப்பிய மன்னன் இவன். சம்மந்தர் பதிகம் பாடிய தேவாரப்பாடல் பெற்ற சிவத்தலங்களில் காவிரி தென்கரையில் இது பதினாறாவது தலம். ஊர் பெயர் புள்ளமங்கை, புள்ளமங்கலம் எனவும் கோவில் பெயர் ஆலந்துறை எனவும் வரலாற்றில் பதியப்பட்டுள்ளது.ஆலமரத்தை தலமரமாகக் கொண்ட நீர்த்துறை என்பதால் ஆலந்துறை என அழைக்கப்பட்டுள்ளது. இந்தப்பகுதியில் மங்கை என முடியும் தலங்கள் சப்தமாதர்கள் வழிபட்டதலங்களாக கருதப்படுகிறது. (சக்கராப்பள்ளி) சக்கரமங்கை, அரியமங்கை, நந்திமங்கை, (நல்லிச்சேரி)புள்ளமங்கை, தாழமங்கை, பசுபதிமங்கை இவையனைத்தும் சப்தமாதர்கள் பூஜித்த ஏழுதிருக்கோவில்கள்.

இதில் புள்ளமங்கை சாமுண்டி வழிபட்டத்தலம்.ஈஸ்வரன் பிரம்மபுரீஸ்வரர் எனவும் ஆலந்துறைநாதர் எனவும் பெயர் கொண்டுள்ளார். அம்பிகை "அல்லியங்கோதை" என்று பெயர் கொண்டுள்ளார்.பிரம்மா பூஜித்து சாபவிமோசனம் பெற்றதால் பிரம்மபுரீஸ்வரர் என அழைக்கப்படுவதாக கூறுகிறார்கள். பிரம்மதேயமாக அந்தணர்களுக்கு வழங்கப்பட்ட நிலமான புள்ளமங்கையில் இருப்பதால் பிரம்மபுரீஸ்வரர் என அழைக்கப்பட்டிருக்கலாம் என ஆராய்ச்சியாளர்சிலர்கருதுகிறார்கள்.

பிரம்மன் கழுகு உருவம் கொண்டு ஈஸ்வரனின் முடியைக் காணச் சென்றதாக புராணங்கள் கூறுகின்றன. தேவாரத்திலும் பிரம்மன் கழுகு உருவம் கொண்டதாக சில பதிகங்களில் பாடப்பட்டுள்ளது. புள்ளமங்கை கோவில் விமானத்திலும் கழுகு சிற்பங்கள் இருக்கின்றது.

கோவில் பிரகார தெய்வங்களாக தட்சிணாமூர்த்தி, கணபதி, சுப்ரமணியர், சப்தமாதர், சண்டிகேஸ்வரர், துர்கை,பைரவர்,சூரியன், உள்ளனர். அம்பாள் சன்னிதி வடக்குபார்த்து உள்ளது. இது

பிற்காலத்தில் கட்டப்பட்டது. அம்பாள் சன்னிதியில் உள்ள பூசப்பட்ட பெருந்தூணிலிருந்து ஒரு முகம் மட்டும் வெளியே தெரியும்படி இருப்பது வியப்பாக இருக்கிறது. ஏதேனும் கல்தூண் மீது முகத்தை மட்டும் விட்டுவிட்டு இவ்வாறு பூசப்பட்டுள்ளதா? அல்லது ஏதேனும் சிலையை உள்ளே வைத்து இப்படி பூசியுள்ளார்களா/ எனத் தெரியவில்லை.

அதிசயம், ஆசர்யம், அழகு, என எல்லாம் நிறைந்த கோவிலாக இருக்கிறது புள்ளமங்கை. இங்குள்ள துர்க்கையை காண கண்கோடி வேண்டும். எருமைத்தலையின் மீது நின்றபடி காட்சிதரும் மகிஷமர்தினியின் வடிவமைப்பு கலையின் உச்சம். எட்டு திருக்கைகளும், சங்கு, சக்கரம், என இதர ஆயுதங்களுடன் நிற்கும் அந்தப் பேரழகை சொல்லி மாளாது. இவ்வளவு ஆயுதங்களுடன் படைத்த கலைஞன் முகத்தை மட்டும் சாந்தம் தவழ படைத்துள்ளான். பின்னர் வலைத்தளத்தில் தேடிய போது இச்சிலையின் ஆடை அலங்காரம் அற்ற மூல வடிவம் பார்க்கக் கிடைத்தது.. திருநாகேஸ்வரம், பட்டீஸ்வரம், புள்ளமங்கை ஆகிய கோவில்களில் இருக்கும் துர்க்கை ஒரே சிற்பியால் வடிக்கப்பட்டது என சொல்லப்படுகிறது. இங்குள்ள துர்க்கை மிகவும் சக்தி வாய்ந்த தெய்வமாக இப்பகுதியில் வழிபடப்படுகிறது. ஆதித்தகரிகாலன் காலத்தில் இவ்வூரிலுள்ள காளாபிடாரிக்கு (திருமணிமண்டபத்துக் காளாப்பிடாரிக்குத் திருவமுது படைக்கும் செலவிற்காக) பலர் நிவந்தம் அளித்த செய்தியும் அவர்களின் நீள் பெயர்ப்பட்டியலும் ஒரு கல்வெட்டின் மூலம் தெரியவருகிறது. இந்த துர்க்கைதான் கல்வெட்டில் சுட்டப்படும் காளாப்பிடாரியா? அல்லது இப்பகுதியில் வேறு ஏதேனும் பிடாரி கோவில் இருக்கிறதா? எனத் தெரியவில்லை. ஆனால் தொன்று தொட்டு இருந்து வரும் தாய்தெய்வ வழிபாடு இக்கோவில் உருவாவதற்கு முன்னரே இப்பகுதியில் இருந்திருக்க வேண்டும் என வரலாற்று ஆய்வாளர்கள் கருதுகிறார்கள். துர்க்கையின் இரண்டு பக்கங்களிலும் நவகண்ட வீரர்கள் தலைப்பலி கொடுக்க முனையும் சிற்பங்கள் இருக்கின்றன. தன் தலையை தானே கொய்து

கொள்ளும் அந்த வீரனின் முகத்தில் தான் எவ்வளவு பேரமைதியை பொதித்து வடித்துள்ளான் சிற்பி.

தட்சிணாமூர்த்தி இருக்கும் தென் கோட்டத்தில் புதிய சிலை இருக்கிறது. இது எப்போது வைக்கப்பட்டது எனத் தெரியவில்லை. அந்த சிற்பத்தின் பின்புறம் சற்று உற்று நோக்கினால் கோட்டத்தினுள் பழைய சிற்பம் சிதைந்த நிலையில் இருப்பதை கானமுடிகிறது.

இங்குள்ள பைரவரை "கொற்கை பைரவர்" என சிலர் கூறுகின்றனர். ஆதித்த கரிகாலன் பாண்டிய ஈழப்போரில் கண்டவெற்றியின் சின்னமாக கொற்கையிலிருந்து கொண்டுவரப்பட்ட பைரவர் இங்குள்ளவரென செவிவழிச்செய்தி புழங்குகிறது. ஆனால் வரலாற்று ஆதாரம் ஏதும் இல்லை. நான் போனபோது தேய்பிறை அஷ்டமி. அன்றைய தினம் மாலை ஹோமங்கள் பைரவர்க்கு நடைபெறும் என கூறினார்கள்.

சிற்பங்கள்.

இந்தக் கோவிலை பார்த்தோம், பிரகாரம் சுற்றினோம், வந்தோம் என இருக்காமல் நின்று நிதானித்து ஒவ்வொரு இடமாய் ஆழ்ந்து நோக்கினால் நாம் வேறு ஒரு உலகத்திற்குள் சஞ்சரிப்பது நிஜம்.

இக்கோவிலின்விமானத்திலும்அர்த்தமண்டபவெளிப்புறத்திலும் தன் திறமைகளை எல்லாம் கொட்டித்தீர்த்திருக்கிறார்கள் அக்காலச் சிற்பிகள். விமானத்தில் உள்ள ஒரு சிற்பம் நரசிம்மர் வலது காலை ஊன்றி இடதுகாலால் பிரகலாதனை வளைத்தபடி இரண்டுகையாலும் தழுவி அணைத்தபடி இருக்கிறார். பிரகலாதன் நரசிம்மத்தின் முகத்தை அண்ணாந்து பார்க்கிறான்.சிம்மத்தின் முகத்தில் இருக்கும் கருணையும், பிரகலாதன்முகத்தில்தெரியும்பக்தியும்,வார்த்தைகளால் வர்ணிக்க முடியாதவை.

செருப்பணிந்து கவர்ச்சியாய் காட்சியளிக்கும் பிச்சாடணர், விஷ்ணு, பிரம்மா, வாத்தியம் இசைக்கும் பெண்கள், விமானம் தாங்கிகள், என ஒவ்வொன்றும் பேரழகின் சாட்சிகள்.

பார்ப்பவர்களை அதிசயத்தில் வாய்பிளக்கவைக்கக் கூடிய மற்றொன்று ஒரு சாண் அளவிலான சதுரத்திற்குள் இராமாயணக் காட்சிகளையும், சிவலீலைகளையும், புடைப்புச் சிற்பங்களாகச் செதுக்கியுள்ளது தான். சிவ நடனக்காட்சி, பாகுபலி திரைப்படத்தில் வரும் ஒரு காட்சியை நினைவுபடுத்தும் சிற்பம், நிசும்பசூதினி, கஜசம்ஹாரமூர்த்தி, அர்த்தநாரீஸ்வரர், பூவராகர், பூதகியிடம் கிருஷ்ணன் பாலருந்துவது, உலகலந்தபெருமாள், என அழகிய சிற்ப வேலைகளை சிரத்தையுடன் வடித்திருக்கிறார்கள். இதேபோன்றே ராமாயணக் காட்சிகளும் தத்ரூபமாக வடிக்கப்பட்டுள்ளது. தசரதன் புத்திரப்பேறு வேள்வியிலிருந்து துவங்கி, இராமன் வில்லை ஒடிப்பது, குகப்படலம், சூர்ப்பனகை மூக்கறுப்பு, சடாயுவதம், மாரீசன் வதம், வாலியின் மரணம் என இராமாயணக்காட்சிகள் ஒவ்வொன்றும் தனித்தனியே செதுக்கப்பட்டுள்ளது. இக்கோவில் கட்டப்படதற்கு பல காலம் பின் தான் கம்பராமாயணம் இயற்றப்பட்டது. ஆனால் கம்பராமாயணத்தில் வரும் வரிகளுக்கு ஒப்ப இச்சிற்பங்கள் படைக்கப்பட்டுள்ளது வியக்கவைக்கிறது. கம்பனுக்கு முன்பே நாட்டில் மக்களிடம் புழங்கி வந்த இராமாயணக் கதைப்பாடலை உள்வாங்கியே கம்பன் தன் காப்பியத்தை படைதிருப்பான் போலிருக்கிறது.

குறிப்பாக வாலி வதையாகி படுத்திருக்கும் கோலத்தை சொல்ல வேண்டும். ஓர் துக்க வீட்டினை அப்படியே கண்முன் கொண்டு வருகிறது. கோபுலுவின் பல கேரக்டர்கள் கொண்ட ஒரு ஓவியம் போல இருக்கிறது அது. ஆஜானுபாகுவாக வீழ்ந்து கிடக்கிறான் வாலி, காலடியில் ஒருத்தி சோகம் சொட்ட கையை ஊன்றி அமர்ந்திருக்கிறாள். இரண்டு கையையும் தலையில் அடித்துக்கொண்டு ஒரு வானரம் அண்ணாந்து கதறுகிறது. இன்னொன்றோ இரண்டு கைகளையும் விரித்து வாய்விட்டு அலறுகிறது பிரிவாற்றாமையால், கீழே ஒன்று குத்துக்காலிட்டுதலை சாய்த்து அழுது களைத்த சோகத்தில் ஆழ்ந்துள்ளது, குப்புறப்படுத்து ஒன்று அழுகிறது. நமக்கு எல்லாம் வானரம் தான் ஆனால் அந்த

சிற்பி அங்கதன் யார், தாரை யார், இதர நபர்கள் எல்லாம் யார்? யார்? என அறிந்து அந்த வாலியின் இறுதிக்கட்ட காட்சியை செதுக்கியிருப்பான். இதெல்லாம் ஒரு சாண் சதுரத்திற்குள் என்றால் நம்புவீர்களா?

காலத்தால் முந்திய கலைப்பொக்கிஷமான இக்கோவிலுக்கு செல்லும் பிரதான சாலையில் ஒரு அறிவிப்புப் பலகை கூட தற்போது இல்லை. மைய சாலையிலிருந்து உள்செல்லும் சாலையில் அடர்ந்த வீடுகள் நிறைந்த ஒரு சிமெண்ட் சாலையின் துவக்கத்தில் இருக்கிறது "புள்ள மங்கலம் கோவில் தெரு" என்கிற பலகை.

வாய்ப்பிருப்பவர்கள் ஒரு நாளை இதற்கென ஒதுக்கி போய்வாருங்கள். அது உங்கள் வாழ்வில் ஒரு பொன்னாளாக இருக்கலாம்.

# 30

## காடவர் தலைநகரம் – சேந்தமங்கலம்

சேந்தமங்கலம். சோழர்களின் வரலாற்றை முடித்து வைத்த காடவ மன்னர்கள் கோட்டை கட்டி ஆண்ட ஊர்.மூன்றாம் ராஜராஜனை தெள்ளாறில் மறித்து சிறைபிடித்து இந்த சேந்தமங்கலத்தில்தான் சிறைவைத்திருந்தான் கோப்பெருஞ்சிங்கன். மணிவண்ணன் சத்தியராஜ் கதைபோல சோழர்களிடம் அதிகாரியாக இருந்த காடவவம்சம் பின்னர் சோழனையே சிறைபிடித்த வரலாற்றுக்குச் சொந்தமான இடம் இது.

சோழமன்னனுக்கு கட்டுப்பட்டிருந்த திருமுனைபாடி நாட்டின் ஒரு பகுதி சேந்தமங்கலம்.(உளுந்தூர் பேட்டை விழுப்புரம் சாலையில் கெடிலம் அருகில்) இப்போது எல்லாம் பாழடைந்து உள்ளது. கோவில் சிதிலமாகிபோயிருக்கிறது. நான் கோவிலுக்குப் போகும் போது மூலவர் வரை யாரும் இல்லை. காவிடை அணிந்திருந்த ஒரு நபர் தூணோடு தூணாக உட்கார்ந்திருந்தார். குருக்கள் வருவதில்லையா என்றேன். வருவார்...

காலைலெயே வந்துட்டு போயிடுவார் என்றார். சரி இவராவது கிடைத்தாரே என பேச்சுக்கொடுத்தேன். இங்க கல் குதிரை இருக்காமே அது எங்க இருக்கு? என்றேன். எதிரில் குளம் இருக்கு அதற்கு அந்தபக்கம் இருக்கிறது என்றார்.

ஆர்வம் அதிகரிக்க... எப்படி போகனும் என்றேன்... கொஞ்சதூரம் போனா மணவாளநல்லூர் வரும் அங்க தான் எம்ஜிஆர் பொறந்தார். அவர்குதிரையும் அங்கதான் இருக்கு. அவர்இலங்கை போகும் போது

இந்த குதிரையில் தான் போனார். சிவாஜி குதிரை பக்கத்துலேயே இருக்கு...என்றார்..என்னையும் நிமிர்ந்து ஒரு மாதிரி பார்த்தார்.... யாரும் இல்லாத இந்த அமானுஷ்யமான இடத்தில் இப்படி மாட்டிக்கொண்டுவிட்டோமே என பயம் எடுத்தது. அந்த நபர் விடாமல் எதோ சொல்லிக்கொண்டே இருந்தார்.பித்தா பிறை சூடி பெருமாளே இந்த மாதிரி பித்தரிடம் என்னைமாட்டிவிட்டுடேயப்பா என உள்ளே இருந்த சிவனை பார்த்து கன்னத்தில் போட்டுக்கொண்டு விருட்டென நடையை கட்டினேன். கோவிலுக்கு வெளியே இருந்த மனைவி "என்ன சீக்கிரமா வந்துட்டீங்க?"

என்றார்.... வா...வா...சொல்றேன்... என கையை பிடித்து இழுத்துக்கொண்டு வந்தேன். வெளியே வந்தபின் நடந்ததை சொல்ல பாரியாள் விழுந்து விழுந்து சிரித்தார். சரி.... யென்று எதிரே இருந்த பொட்டிக்கடையில் ஒரு குளிர்பானம் வாங்கி குடித்து தாகசாந்தி செய்து கொண்டு கடையில் இருந்த சிறுமியிடம் ஏம்மா... இங்க... கல் குதிரை இருக்காமே அது எங்க இருக்கு என்றேன். கோவிலுக்கு எதுத்தாப்ல ஒரு பள்ளம் இருக்கே அதில் இறங்கினா பாதை இருக்கு. அங்க ஒரு குளம் இருக்கும் அதுக்கு அந்தாண்ட போனா அந்த குதிரை இருக்கு என்றாள். என்னடா திருச்சிக்கு வந்த சோதனை... ஒரே மர்மமாவே வழிசொல்றாங்க என நினைத்துக்கொண்டு பாரியாளிடம் போலாமா என்றேன். நான் வரலை இங்கயே இருக்கேன் நீங்க போய்ட்டு வாங்க என்றார். வந்துட்டோம் போய் பார்த்தே திருவது என்கிற முடிவுடன் தெரிந்த மூல மந்திரத்தை ஜெபித்துக்கொண்டு துணிந்து அந்த பாதையில் இறங்கினேன். இரண்டு புறமும் முற்கள் சூழ ஒரு ஒத்தையடிப்பாதை நீ.......ண்டு கொண்டே போனது. பக்கத்தில் பெரிய குளம் நீர் இல்லை. இடிந்த படித்துரை, ஆங்காங்கே மத்தியானக்குருவியின் சத்தம் என யாரும் இல்லாத அந்த பாதை பயமாகத்தான் இருந்தது. அந்தப்பாதை குளத்தை சுற்றிக்கொண்டு போகிறது. அங்கே ஒரு கம்பி வேலிக்குள் அந்த கல்குதிரைகள். பொக்கிஷங்கள். அப்பாடா என்றிருந்தது. முள் வேலியில் ஒரு இரும்பு கேட்

பூட்டியிருந்தது உள்ளே செல்ல வழியில்லை.ஆனால் ஆடுகள் மேய்ந்துகொண்டிருந்தன.யாராவது தென்படுகிறார்களா என பார்த்தேன்.தூரத்தில் ஒரு மரத்தடியில் தலையில் முக்காடிட்டு ஒரு பெண்மணியிருந்தார். அம்மா......யம்மாஆ.... எனசத்தம் போட்டேன், என்சத்தம்எனக்கேஅகோரமாகக்கேட்டது. பயத்தின்வெளிப்பாடோ என்னவோ? திரும்பிப் பார்த்த அம்முதியவளிடம் உள்ளே போக வழியிருக்கா என்றேன். அந்த கேட்டுல ஏறி குதிச்சி போ....என்றார். கேமராவை கழுத்தில் மாட்டிக்கொண்டு இப்படியும் அப்படியும் ஊஞ்சல் ஆடிய அந்த கேட்டின்மீது ஒரு வழியாக ஏறி குதித்து அந்த அற்புத குதிரைகளை பார்த்தேன். இவைகள் வெவ்வேறு சத்தம் கொடுக்கும் என படித்திருக்கிறேன். ஏற்கனவே யாரோ ஓசை எழுப்ப தட்டிப்பார்த்து சில இடங்களை சிதிலமாக்கி யிருக்கிறார்கள். அந்த வேலையை நான் செய்துவிடக்கூடாது என உறுதியாய் இருந்தேன். பின்னர் அவைகளை புகைப்படம் எடுத்துக்கொண்டு ஒருவழியாக அதே ஒத்தையடிப் பாதையில் வந்துசேர்ந்தேன். பார்த்தேளா?

என்றாள்... மனைவி. ம்...பார்த்தேன். ரொம்ப நேரமா காணோம் எனும் போதே நினைச்சேன் என நமுட்டுச் சிரிப்பு சிரித்துக்கொண்டாள். சேந்தமங்கலம், காடவ ராயர், கல் குதிரை, இந்த வரலாறெல்லாம் நீங்கள் விசைப்பலகையை தட்டினாலே வந்து கொட்டிவிடும் படித்துத் தெரிந்து கொள்ளுங்கள். ஆனால் நான் போய் வந்த வரலாறு உங்களுக்கு எங்கும் கிடைக்காது

# 31

## பரவாய் – பேசும்பெருமாள்

துறை நண்பரும் வரலாற்று ஆர்வலருமான திரு.மஹாத்மா செல்வபாண்டியன் அவர்கள் சமண, பௌத்த, தடங்கள் பற்றிய ஆய்வுகளை தொடர்ந்து எழுதி வருபவர். சமீபத்தில் பெரம்பலூர் மாவட்டம் பரவாய் எனும் கிராமத்தில் இருக்கும் ஒரு புத்தர்சிலை பற்றிய பதிவினை தனது முகநூல் பக்கத்தில் இட்டிருந்தார். அதை காண்பதற்காக அங்கு போனபோது எதிர்பார்த்திராத வகையில் அங்குள்ள இரண்டு பெருமாள் கோவில்கள் மற்றும் ஒரு சிவன் கோவிலை பார்க்க நேர்ந்தது.

உருவ வழிபாடு உள்ள இந்துச் சமயத்தில், குறிப்பாக வைணவத்தில் பரம்பொருளான பெருமாள்,

பரம்

வியூகம்,

விபவம்,

அந்தர்யாமித்துவம்,

அர்ச்சை (அ) அர்ச்சாவதாரம் ,

ஆகிய அந்து நிலைகளில் இருக்கிறார்.

முதல் நான்கு நிலைகளில் நாம் வழிபட முடியாது.கடைசி நிலையான அர்ச்சையில்தான் வழிபட முடியும்.அர்ச்சை,அர்ச்சாவதாரம் என்றால் உருவம்/விக்கிரகம்/சிலாரூபம் என பொருள்.திருத்தலங்களிலுள்ள

வைணவக் கோவில்களில் அநேக திருநாமங்களுடன் தரிசனம் தரும் உயிருட்டப்பட்ட, திருமாலின் திருவுருவங்கள் அர்ச்சாவதாரம் என்று அழைக்கப்படும்.

இல்லங்களில் பூஜிக்கப்படும் பெருமாளின் உருவங்களும் அர்ச்சாவதாரம் தான்.

ஸ்வாமி பிள்ளை லோகாச்சார்யர் அருளிச்செய்த

ஸ்ரீவசனபூஷணத்தில் அர்ச்சாவதாரம் பற்றி கூறும்போது, (தமிழ்தான் கொஞ்சம் கடின நடை)

பூதக ஜலம் போலே அந்தர்யாமித்வம்

– ஆவரண ஜலம் போலே பரத்வம்

– பாற்கடல் போலே வ்யூகம்

– பெருக்காறு போலே விபவங்கள்

– அதிலே தேங்கின மடுக்கள் போலே அர்ச்சாவதாரம் –

என்கிறார்.

1. இதன்பொருள்: பூமிக்கடியில் கண்ணுக்குத் தெரியாதிருக்கும் ஜலம் போன்று அந்தர்யாமித்வம். மஹாயோகிகளுக்கு மட்டுமே சித்தி தருவது இது.

2. பரத்வம் இந்த அண்டத்திற்கு புறம்பாக எங்கும் சூழ்ந்திருக்கும் ஆவரண ஜலம் போன்று அதாவது கடல் நீரைப் போன்றது.

   இதுவும் சாமான்யர்களாகிய நம்மால் சாத்தியபடாத ஒன்று.

3. சென்றடையமுடியாத பாற்கடல் போன்றது வ்யூகம்.

4. காட்டாறு போன்றது விபவதாரங்கள். அந்த காலத்தில் இருந்தவர்களைத் தவிர யாரும் அடையத் தக்கதல்லதான அவதாரங்கள்.

அர்ச்சாவதாரம் ஆங்காங்கு தேங்கிய மடுக்கள் போன்றது. வேட்கைக் கொண்டவனின் தாகம் தீர பருகலாம் இங்கு. கோவில்களிலும், வீடுகளிலும் வணங்கத்தக்கதான அர்ச்சை எல்லாரும் அணுகக்கூடியது. அடிபணிந்து வணங்கக் கூடியது.

ஆனால் இன்று நம்முன் காணக்கிடைக்கக் கூடிய பழம்பெரும் கோவில்களையும், பெருமாளின் அர்ச்சாவதாரங்களையும், நாம் அவ்வாறு அணுகுகிறோமா என்பது கேள்விக்குறி.( முதலில் வேட்கை இருந்தால் தானே தாகம் தீர்க்க

பரவாய் கோவில்கள் நிறைந்த சிற்றூர். முதலாம் இராஜேந்திரனின் அணுக்கியாக விளங்கிய பரவை நங்கையின் பெயரில் இவ்வூர் அழைக்கப்படுகிறது என்றும், " பரவை புரம் " என ஒருகாலத்தில் வணிக நகரமாக இவ்வூர் விளங்கியிருக்கிறது என்றும் பல்வேறு அனுமானங்கள் வழக்கில் இருக்கின்றன.

" திசை ஆயிரத்து ஐநூற்றுவர் உள்ளிட்ட பன்னாட்டு வணிகர் குழுவினர் சமண பெளத்த சமயங்களைப் பின் பற்றினர் என்று ஆஆூர், காமரசவல்லி, ஆகிய ஊர்களில் உள்ள சோழர்கால கல்வெட்டுக்கள் மூலம் அறிய முடிகிறது.( தகவல் திரு. மஹாத்மா செல்வபாண்டியன்) இதற்கு ஆதாரமாக " பரவாய்" ல் கிடைத்த பெரிய புத்தர் சிற்பம் ஒன்று ஊர் முச்சந்தி திறந்த வெளியில் மேடையிட்டு பிரதிஷ்டை செய்யப்பட்டுள்ளது. வெயில் , மழை, பனி, எல்லாவற்றையும் தாக்குப் பிடித்து அச்சிற்பம் இன்றும் பார்க்க வியப்பூட்டுவதாக இருக்கிறது. இவ்வூரை சார்ந்துள்ள பெருமத்தூர், உகளூர், ஆகிய ஊர்களிலும் சமண, பெளத்த, சிற்பங்கள் உள்ளன.

இவ்வூரில் தற்போது பலகோவில்கள் இருக்கின்றன. அவற்றில் இரண்டு பெருமாள் கோவில்களும் , ஒரு சிவன் கோவிலும் , தொன்மையான கோவில்களாக இருக்கிறது. சிவன் கோவில் புணரமைக்கப் பட்டு குடமுழுக்கு நடைபெற்று விட்டது. பெருமாள் கோவிலில் ஒன்றான " பேசும்பெருமாள் " கோவிலில் தற்போது திருப்பணிகள் நடைபெற்று வருகிறது. திருச்சியை

சேர்ந்த செட்டியார்களில் ஒரு குழுவினர் இப்பணியினை மேற்கொண்டிருக்கிறார்கள் என தெரிய வருகிறது.

"பேசும்பெருமாள் " பெயர்க்காரனத்திற்கு இங்கு ஒரு கதை வழங்கப்பட்டு வருகிறது. பெரியவர்களிடம் உட்கார்ந்து பேசினால் கதைகள் வந்து கொட்டுகின்றன.

நடைபயணமாக திருப்பதி சென்ற வணிகர்கள் சிலர் வழியில் ஒருநாள் இக்கோவில் மண்டபத்தில் இரவு தங்கினார்களாம் அக்குழுவில் ஒரு பேச இயலாத சிறுவனும் இருந்திருக்கிறான். மறுநாள் எழுந்த போது அச்சிறுவன் வாய்திறந்து பேசியுள்ளான். இந்தப் பெருமாளின் அருள் தான் என உணர்ந்த வணிகர்கள் "பேசும் பெருமாள்" என இப்பெருமாளை அழைத்து கோவிலை விஸ்தரித்துக் கட்டியுள்ளனர். அவர்கள் வழித்தோன்றல்களுக்கும் இன்றும் இப்பெருமாளே குலதெய்வமாக இருந்து வருகிறார். நல்லுள்ளம் கொண்ட பலரின் முயற்சியில் இக்கோவில் தற்போது கட்டுமானங்கள் பிரித்து செப்பனிடப்பட்டு வருகிறது.

இவ்வூரில் உள்ள மற்றொரு பெருமாள் கோவில், வரதராஜப்பெருமாள் கோவில் .. இதனை " கையேந்திப் பெருமாள்" என அழைக்கிறார்கள் இவ்வூர் மக்கள். பெரம்பலூர் பகுதி சிற்றூர்களில் உள்ள பல பெருமாள் பெயர்கள் கேட்பதற்கே சுவாரஸ்யமாகத்தான் இருக்கிறது.

" பேசும்பெருமாள் "

" கையேந்திப்பெருமாள்"

" கத்தரிபெருமாள்"

" காடைப்பெருமாள்"

"கம்ப பெருமாள்"

"நறுமனப் பெருமாள்"

இவைகள் அனைத்துமே காரணப்பெர்யர்களாகத்தான் இருக்கவேண்டும். தூணிலும் இருப்பான், துரும்பிலும் இருப்பான், என்பதற்கு ஏற்றார் போல இருக்கிறது இந்தப் பெயர்கள்.

கையேந்திப் பெருமாள் கோவில் எந்தக் காலத்தில் கட்டப்பட்டது என்பதற்கான வரலாறு ஏதும் கிடைக்கவில்லை. கட்டுமான பாணியில் 15 ஆம் நூற்றாண்டிற்கு பின் இருக்கலாம் என நண்பர் மஹாத்மா செல்வபாண்டியன் கூறினார்.

இக்கோவிலில் இருக்கும் கருடாழ்வார் பெருமாளை ஏந்தி வலம் வருவாராம். கைகளை ஏந்தியவாறு கருடாழ்வார் இருப்பதனால் இந்தப் பெயரிலேயே " கையேந்திப் பெருமாள் " என வரதராஜப் பெருமாளும் மக்களால் அழைக்கப்படுகிறார். அந்த கருடாழ்வார் கைகளை ஏந்தியபடி இந்தக் கோவிலின் மண்டபத்தில் இன்றும் இருக்கிறார்.(பார்க்க சங்கடமாக இருக்கிறது. நீங்களும் பாருங்கள் படத்தில்) கருங்கற்களால் ஆன பெரிய மதில் கொண்டதாக இக்கோவில் இருந்திருக்கிறது. இப்போது மதில்கள் முற்றிலும் சேதம் அடைந்து இருக்கிறது.

தஞ்சை பெருங்கோவில் கற்களைப்போல மஞ்சள் நிறமுடையதாக இருக்கிறது கட்டுமான கற்கள். கோவிலை நோக்கி நாம் சென்றால் நம்மை முதலில் அழைப்பது உயர்ந்த கல் கருடஸ்தம்பம். உச்சியில் மணிகள் தொங்கும் கல்தூணுக்கு இப்பகுதி மக்கள் எண்ணெய் பூசி ( எண்ணெய் கட்டி ) வழிபாடு செய்வது வழக்கமாக இருக்கிறது. அடுத்து கோபுரம் இல்லாத செடிகொடிகள் முளைத்திருக்கும் அடிக்கட்டுமானம் (மொட்டை கோபுரம்) தான் வாசல். கதவுகள் இல்லாத வாசல். ஆனால் நாம் உள் செல்ல வேண்டுமெனில் நான்கு அடி உயரத்திற்கு வழியை மறித்து நடப்பட்டு இருக்கும் குத்துக் கற்கள்ளைத் தாண்டித்தான் கோவிலுக்குள் செல்ல வேண்டும். கால் நடைகள் ஏதும் உள்ளே வந்து விடக்கூடாது என இப்படி வைத்துள்ளார்களா? என அங்கிருப்பவர்களிடம் கேட்டேன்.

"தெரியலீங்க ரொம்ப நாளாவே இப்படித்தான் இருக்கு, தாண்டிப் போங்க , முடியலின்னா சைடுல வழியிருக்கு அப்படியா போங்க" என்றார்.

அடுத்திருக்கும் பலி பீடமும், கருடமண்டபமும்தாண்டினால் கருவரைக்கு முன்பான மகாமண்டபம். வேலைப்பாடுகள் அற்ற தூண்களைக் கொண்ட ( ஒரே ஒரு தூணில் மட்டும் குபேரன் புடைப்புச் சிற்பம் உள்ளது ) மண்டபத்தின் ஒரு பகுதி களிமண்ணால் ஆன சுவரால் தடுக்கப்பட்டு உள்ளது அப்பகுதியில் பழுதடைந்துள்ள கருட வாகனம் இருக்கிறது. அந்த நிலையில் கருட வாகனத்தை பார்க்கும் போது மிகுந்த வேதனையாக இருக்கிறது.

இவையெல்லாம் கடந்து போனால் மூலஸ்தானத்தில் வரதராஜப் பெருமாள் ஸ்ரீதேவி, பூதேவி சமேதராக காட்சி அளிக்கிறார். புன்னகை ததும்பும் பேரழகுடன் சங்கு, சக்கரம் , கரத்தில் ஏந்தி அருள் பாலிக்கிறார் பெருமாள்.அர்த்த மண்டபத்தில் உடையவர்,ஆழ்வார்களை காணமுடிகிறது. நின்று நிதானித்து பல்லாண்டு பாடிவிட்டு வந்தேன்.

மூலஸ்தானத்தை விட்டு வெளியே வந்து கரடு முரடான பிரகாரத்தை சுற்றி வந்தால் தாயார் சன்னதியை அடையலாம். மரங்களின் வேர்கள் பிளந்த அர்த்த மண்டபத்தின் ஒரு பகுதி சிதைந்து போய் இருக்கிறது. அய்ந்தடி கதவைத்திறந்து உள்ளே போனால் தாயார் பூரண புன்னகையுடன் நம்மை ஆசீர்வதிக்கிறார்.

புரட்டாசி மூன்றாம் சனிக்கிழமை இங்கு விசேஷமாக கொண்டாடப்படுகிறது. கோவிலுக்குள் இருக்கும் தரைக்கிணற்றில் தற்போது நீர் இல்லை . அந்தக் காலத்தில் இந்த கிணற்றிலிருந்துதான் நீர் எடுத்து பெருமாளுக்கு திருமஞ்சனம் நடந்துள்ளது. சைவ, வைணவ பேதம் ஏதுமின்றி திரு,கணேசன் சிவாச்சாரியார் தினமும் அருகில் உள்ள சின்னாறு என்னு

ஊரிலிருந்து வந்து ஒருகால பூஜை செய்துகொண்டிருக்கிறார்.

(கணேசன் சிவாச்சாரியார் தொடர்பு எண். 9865195554) வாய்ப்பு உள்ளவர்கள் சென்று சேவித்து வாருங்கள். முடிந்தால் விளக்குக்கு எண்ணெய் கொடுத்துவிட்டு வாருங்கள். கோவில் பூட்டியிருந்தால் பக்கத்திலேயே சற்று தூரத்தில் சுசீலா எனும் அம்மணி வீடு இருக்கிறது. அவரிடம் சொன்னால் சாவி வாங்கிவந்து சேவைக்கு உதவுவார். ( அவரது தொடர்பு எண். .9159892981)

(கணேசன் சிவாச்சாரியார் தொடர்பு எண். 9865195554) வாய்ப்பு உள்ளவர்கள் சென்று சேவித்து வாருங்கள். முடிந்தால் விளக்குக்கு எண்ணெய் கொடுத்துவிட்டு வாருங்கள். கோவில் பூட்டியிருந்தால் பக்கத்திலேயே சற்று தூரத்தில் சுசீலா எனும் அம்மணி வீடு இருக்கிறது. அவரிடம் சொன்னால் சாவி வாங்கிவந்து சேவைக்கு உதவுவார். ( அவரது தொடர்பு எண். .9159892981)

# 32

# திருக்கானூர்- செம்மேனிநாதர்

திருக்கானூர். கரிகால் சோழனின் தாய் தன் எதிரிகளுக்கு பயந்து இந்த திருக்கானூரில் கரிகால்சேழனுடன் வசித்து வந்தபோது உறையூரிலிருந்து புறப்பட்ட பட்டத்து யானை இவ்வூரில் விளையாடிக்கொண்டிருந்த கரிகாலனுக்கு மாலை அணிவித்து அவனை தன் மீது ஏற்றிக்கொண்டு உறையூர் சென்றது. கரிகாலனும் சோழ மன்னன் ஆனான் என்கிறது ஒரு செவிவழிக் கதை. கல்லணையிலிருந்து 15கி மீ இருக்கிறது இந்த ஊர். இச்செவிவழிக்கதைக்கான ஆதாரம் இல்லை எனினும் இந்தப் புகைக்கான நெருப்பு அங்கு இருந்திருக்க வாய்ப்பிருக்கிறது.

திருக்காட்டுப்பள்ளியிலிருந்து வடக்கே விஷ்ணம்பேட்டை சென்று அங்கிருந்து திருக்கானூர் அடையவேண்டும். கரிகாலன் தான் கல்லணையை கட்டியுள்ளான்.

இந்த ஊர் இப்போது இல்லை. கொள்ளிடத்தின் தென்கரையில் இருந்த ஊர். திருக்கானூர் என்னும் ஊர்ப் பெயர் மாறி, இன்று மக்கள் குடியிருப்பு ஒரு சிலவே இருப்பதாலும், மணற்பகுதியை அடுத்திருப்பதாலும் இவ்விடத்தை மணல்மேடு என்றே வழங்கி வருகின்றனர். ஈசன் செம்மேனி நாதர், கரும்பேஸ்வரர், என அழைக்கப்படுகிறார். அம்பாள் சிவயோகநாயகி என்றும், சௌந்திரநாயகி, எனவும் அழைக்கப்படுகிறார். சௌந்தரநாயகி கோவில் என்றால்தான் மக்களுக்குத் தெரிகிறது.

*1924* ல் கொள்ளிடத்தில் வெள்ளம் வந்த போது சிவன் கோவில் முழுவதும் மண்மூடிவிட்டது. வெள்ளம் வடிந்து பலநாட்களுக்குப் பிறகு மூலவர் இருந்த இடத்தில் ஒரு கரும்பு மட்டுமே முளைத்திருந்ததை கண்டு திரு.என்.சுப்ரமணிய அய்யர் ( என்.சுப்ரமணியப் பெருமாள் என்றும் சிலர் கூறுகின்றனர்) என்பவர் முயன்று தோண்டிப்பார்த்தபோது இந்தக்கோவில் மீண்டும் கண்டுபிடிக்கப்பட்டுள்ளது என சொல்லப்படுகிறது. இதனால் தான் கரும்பீஸ்வரர் என இப்போது அழைக்கப் படுகிறார் இறைவன். மணல் மூடிய கதையை இவ்வூரில் ஒவ்வொருவரும் ஒவ்வொருவிதமாக த்ரில்லிங்காகச் சொல்கிறார். இந்த கோவில் மண்மூடிய பிறகு எத்தனை ஆண்டுகளுக்குப் பிறகு தோண்டி எடுக்கப்பட்டது என்பதற்கான ஆதாரம் ஏதும் இல்லை. *1924ல்* காவிரியில் வெள்ளம் வந்தது தொடர்பான சிகாகோ டெய்லி ட்ரிப்யூன்.பத்திரிகை செய்தி பத்திரிகை செய்தி கிடைக்கிறது.

## HUNDREDS DEAD, SAY NEW REPORTS ON INDIAN FLOOD

Chicago Tribune Foreign News Service

CALCUTTA, July 27.-Now reports on tho abnormal monsoon wlilch carried flood and disaster In appalling proportions to Sotitli India were received hero today. Railways are washed out, bridges, submerged nnd Impassable, huge tracts cut oir from tho outside world, many lea nnO colToe plantations ruined, and thousands of houses were swept away. Several hundreds of lives have been lost. It Is feared the death roll when communications arc reestablished with tho maroonod areas will prove even heavier than flrst reports Indicate. Several European planters arc amons tho missing and the fate of many others Is unknown. The river Cauvery has risen thirtyfour feet nnii la still rising. It Is reported that many isolated villages are facing starvation.

தமிழகத்தில் மணல் மூடிய ஆலயங்களாக இது தவிர இரண்டைச் சொல்லலாம். ஒன்று கடலூரிலிருந்து சிதம்பரம் செல்லும் சாலையில் திருச்சோபுரம் என அழைக்கப்படும் தியாகவல்லி கோவில். வங்கக்கடலின் கரையில் அமைந்த இக்கோவில் சென்ற நூற்றாண்டில் மணலால் மூடப்பட்டு பின்னர் கண்டெடுக்கப் பட்டது.அடுத்து வட ஆற்காடு மாவடம் திருவல்லம் அருகே உள்ள கம்பராஜபுரத்தில் உள்ள கோவில் .சிதிலமாகி பாதி மண்ணில் புதைந்து இருக்கிறது.

திருக்கானூர் கோவில் இருக்கும் கொள்ளிடக்கரையில் கிழக்கு நோக்கி ஓடும் கொள்ளிடம் சற்றே தெற்கில் திரும்பும் இடத்தில் இக்கோவில் இருக்கிறது..2014 வரையிலும் கூட விஷ்ணம்பேட்டையியிலிருந்து கோவிலுக்குச் செல்ல சாலையின்றி மணலில் நடந்தே செல்லவேண்டியிருந்துள்ளது.இப்போது கொள்ளிடக் கரையில் தார் சாலை அமைத்துள்ளார்கள். கோவில் வாசல் வரை வாகனத்தில் செல்லலாம்.

கிழக்கு நோக்கிய மூன்று நிலை கோபுரம், அம்பாள் சன்னதி தனியாக தெற்கு நோக்கி இருக்கிறது.ஈசன் சுயம்பு மூர்த்தி. அம்பாள் சாளக்கிராமம். சிவனுக்கும் அம்மனுக்கும் எருக்கம்பூ சாற்றி வழிபட்டால் குழந்தை பாக்கியம் கிட்டும், கணவனும் மனைவியும் சேர்ந்து இத்தலம் வந்து வழிபட்டால், கருத்துவேறுபாடு இல்லாமல், ஒற்றுமையாக இருக்கலாம் , போன்ற சில நம்பிக்கைகள் இங்கு தொன்று தொட்டு இருந்து வருகிறது.

ஒருவேளை மட்டுமே பூஜை. காலையிலேயே திருக்காட்டுப் பள்ளியிலிருந்து வந்துவிட்டுப் போய்விடுகிறார் குருக்கள்.

அப்பரும் சம்மந்தரும் ஒவ்வொரு பதிகம் பாடியுள்ளனர்.

வன்னி கொன்றை எருக்கணிந் தான்மலை
உன்னி யேசென் றெடுத்தவன் ஒண்டிறல்

தன்னை வீழத் தனிவிரல் வைத்தவன்

கன்னி மாமதிற் காணூர்க் கருத்தனே.

(திருநாவுக்கரசு சுவாமிகள்)

(ஐந்தாம் திருமுறை)

மாமதில்கள் அப்போது இருந்தனவோ என்னவோ அதுவும் கன்னி மாமதில். இப்போது மணலுக்குள் புதைந்த மதில்களை ஆங்காங்கே ஒட்டுப் போட்டு பாதுகாத்து வருகின்றனர். காணூர் முளையவன் எனறே அப்பர் தன் பதிகத்தில் குறிப்பிடுகிறார்.

சம்மந்தரோ காணூர் மேய என்கிற சொற்றொடரையே பயன்படுத்துகிறார். பவளவண்ணர் என ஈற்றடியில் குறிப்பிடுவதைத்தான் செம்மேனிநாதர் என இப்போது வழக்கில் வழங்கி வருகிறது.

''தமிழினீர்மை பேசித்தாளம் வீணை பண்ணிநல்ல

முழவமொந்தை மல்குபாடல் செய்கை யிடமோவார்

குமிழின்மேனி தந்தகோல நீர்மை யதுகொண்டார்

கமழுஞ்சோலைக் காணூர்மேய

பவள வண்ணரே.''

– திருஞான சம்மந்தர் பதிகம்-

ஒருமுறை அம்பிகை சிவனை நோக்கி தவமிருக்க என்னமேற்பட, பூமிக்கு வந்தாள். தியானத்திற்கு ஏற்ற இடமாக இத்தலத்தைத் தேர்ந்தெடுத்தாள். அவ்விடத்திலமர்ந்து கடுமையாக தவத்தை கடைப்பிடித்தாள்.

தவத்திற்கு மகிழ்ந்த இறைவன் அக்னி பிழம்பாகக் காட்சி தந்தார். இதனால் இத்தல இறைவன் செம்மேனிநாதர். அம்மன் சிவயோகநாயகி.

விமானம் -ஏகதளம்- உருண்டை வடிவத் தன்மையுடன் காட்சியளிக்கிறது. பிரகாரத்தில் விநாயகரும், தட்சிணாமூர்த்தி, வள்ளி தெய்வானையுடன் முருகன், அர்த்தநாரீஸ்வரர், துர்க்கை,

பிரம்மா, சண்டிகேஸ்வரர், நாகர், மகாவிஷ்ணு, அய்யனார், சூரியன், சந்திரன், நால்வர் ஆகியார் இருக்கிறார்கள்.

அம்மன் சன்னிதி விமானத்தில் செடி, கொடி, மரங்கள் எல்லாம் முளைத்து பசுமையுடன் காணப்படுகிறது. இத்தலம் வடகரை ராஜராஜ வளநாட்டுப் பொய்கையூர் நாட்டு பணி பதி மங்கலமாகிய கரிகாலசோழ சதுர்வேதி மங்கலத்துத் திருக்கானூர் என்று கல்வெட்டில் காணப்பெறுகின்றது.

தற்போது திருப்பணி நடைபெற்று வருகிறது. எப்போதும் போல் ஆதிச்சுவர்களின் மீது சிமெண்ட் பூசி வர்ணம் அடித்து கலக்கிக்கொண்டிருக்கிறார்கள்.

கடினமான சாலையற்ற காலங்களிலேயே அப்பர் சம்மந்தர் எல்லாம் வந்து பாடி தரிசித்துச் சென்ற தலம். வாய்ப்பிருப்பவர்கள் போய்வாருங்கள்.

# என்னுரை

எனது வாழ்வின் பல விடுமுறை நாட்களில் நான் கோவிலில் இருந்திருக்கிறேன். இதுவரை போகாத கோவில்களை தேடிப்போவது ஒரு பழக்கமாக ஆகிவிட்டது. அவ்வாறு தேடிப்போன கோவில்களில் பல அதற்கு முன்னர் எனக்கு தெரிந்திருக்கவில்லை. அதே ஊர் வழியாக பலமுறை பயணித்தும் அப்படி ஒரு கோவில் இருப்பது எனக்கு தெரியாது. யாரும் சொன்னதில்லை. அப்படியான பயணத்தில் எனக்கு ஆச்சர்யம் அளித்த, அடுத்தவர்களுக்குச் சொல்ல வேண்டும் என்று எனக்குத் தோன்றிய சில கோவில்களைப் பற்றி நான் அறிந்த வகையில் சமூக வலைத்தளங்களில் எழுதினேன். அதில் சேந்தமங்கலம் ஆபத்சகாயேஸ்வரர் கோயிலும் அவ்வூரில் உள்ள கல்குதிரையை நான் தேடிப் போன அனுபவத்தையும் ஒருமுறை எழுதினேன். அதை வாசித்த குமுதம் முன்னாள் ஆசிரியர் மறைந்த திரு.பிரியாகலியாணராமன் அவர்கள் என்னை தொடர்பு கொண்டு இக்கட்டுரைகளை குமுதம் பக்தி ஸ்பெஷல் இதழில் வெளியிடுகிறேன் அனுப்புங்கள் என்று சொன்னார்.நான் அவரிடம் என்னுடைய பத்திகள் முழுவதும் என் அனுபவம் சார்ந்தது, அதில் ஆய்வு நோக்கமோ அல்லது ஆன்மீகமோ மேலோங்கி இருக்காது, ஒரு வழிப்போக்கனின் அனுபவம் போல ஒரு கதைசொல்ல்ல் மாதிரி தானே இருக்கும் என்றேன். நான் தொடர்ந்து வாசித்துவிட்டு தான் உங்களை அழைத்தேன் என்றார்.தொடர்ந்து எனது பல கட்டுரைகளை இதழில் வெளியிட்டார்.

இந்த நூலில் தொகுக்கப்பட்டுள்ள ஒரு சில கோவில்கள் தவிர மற்ற கோவில்கள் பிரபலம் இல்லாதவை. ஆனால் ஏதோ ஒரு அதிசயத்தை தன்னுள்ளே கொண்டுள்ளவை. கோவிலைத் தேடி பயணித்தபோது கோவில்சார்ந்த பணிகள் தேர் கட்டுதல், பஞ்சலோக சிலை தயாரிப்பு, குத்துவிளக்கு தயாரிப்பு, என பல களங்களை சந்தித்தேன் அவைகளையும் இந்த நூலில் தொகுத்துள்ளேன்.

நான் வட இந்திய யாத்திரை சென்றபோது அவ்வப்போது எங்கே என்னல்லாம் இருக்கிறது எதையெல்லாம் தரிசிக்க வேண்டும் என்கிற பயண உதவியை கைபேசி மூலமாக அவ்வப்போது தெரிவித்த அதே பெருந்தண்மையுடன் நான் அணிந்துரை எழுதித்தரவேண்டும் என்று கேட்டவுடன் இந்த நூலுக்கு அணிந்துரை எழுதித்தந்த குருஜி கோபாலவல்லி தாசர் அவர்களின் பாதங்களை பணிகின்றேன்.

மணலில் புதைந்திருந்த கொள்ளிட நதிக்கரை திருக்கானூர் கோவில் பற்றி நான் எழுதியபோது "இம்மாதிரியான விளிம்பு நிலை கோவில்கள் பற்றி எழுதுகிறவர் பாதம் என் சென்னியதே" என்று வாழ்த்தி பின்னூட்டமிட்டு என்னை ஊக்கப்படுத்தியவர் எழுத்தாளர் அமரர் பாலகுமாரன் அவர்களை நமஸ்கரிக்கிறேன்.

எல்லா கோவில் பயணங்களிலும் என்னுடன் பயணித்த எனது மனைவி ஜெயந்தி எனக்கு பலம்.

நான் வரலாற்று ஆய்வாளன் அல்ல, ஆன்மீக அறிஞனும் அல்ல, ஒரு பயணியாக நான் கண்ட கோவில்களை பற்றி எழுதியுள்ளேன். இதில் ஏதேனும் குறை இருந்தால் அது என் அறியாமையால். இதை வாசிக்கும் யாரோ ஒருவர் இதிலுள்ள ஒரு கோவிலைத் தேடிச் சென்றால் அதுவே எனது பேறு.

சென்றவருடம் காஞ்சி ஓரிக்கையில் ஜகத்குரு பூஜ்யஸ்ரீ சங்கர விஜயேந்திர சரஸ்வதி சங்கராசார்ய ஸ்வாமிகளை தரிசித்து வந்தனம் செய்துகொள்ளும் பேறுபெற்றேன். அப்போது ஷடாரண்யம் முழுக்க

*பயணித்து சிவன் கோவில், பெருமாள் கோவில், முருகன் கோவில், என எல்லா கோவில்களுக்கும் போங்கோ, கோவிலை பற்றி எழுதுவதோடு கோயிலில் யார் அர்ச்சகர், , அவர்கள் ஊதியம் என்ன, கோயிலில் எந்த ஆகமம் படி பூஜை நடக்கிறது, என கேட்டு அதையும் எழுதுங்கள் என்று பணித்தார். இப்போது நான் செல்லும் கோவில்களின் அந்த விவரங்களையும் சேகரித்து வருகிறேன்.*

மணிசேஷன்

இராணிப்பேட்டை.